சுபாஷ்

மர்மங்களின் பரமபிதா

சுபாஷ்

மர்மங்களின் பரமபிதா

மருதன்

கிழக்கு

சுபாஷ்: மர்மங்களின் பரமபிதா
Subhash : Marmangalin Paramapitha
by *Marudhan* ©

First Edition: November 2006
136 Pages
Printed in India.

ISBN: 978-81-8368-200-8
Title No: Kizhakku 180

Kizhakku Pathippagam
177/103, First Floor,
Ambal's Building, Lloyds Road
Royapettah, Chennai 600 014.
Ph: +91-44-4200-9603
Email : support@nhm.in
Website : www.nhm.in

Author's Email: marudhan@gmail.com
Cover Photo Courtesy: missionnetaji.org

Printed in India by Repro Knowledgecast Limited, Thane

Kizhakku Pathippagam is an imprint of New Horizon Media Private Limited

This book is sold subject to the condition that it shall not, by way of trade or otherwise, be lent, resold, hired out, or otherwise circulated without the publisher's prior written consent in any form of binding or cover other than that in which it is published and without a similar condition including this the rights under copyright reserved above, no part of this publication may be reproduced, stored in or introduced into a retrieval system, or transmitted in any form or by any means (electronic, mechanical, photocopying, recording or otherwise), without the prior written permission of both the copyright owner and the above-mentioned publisher of this book.

அன்புடன்
_____
சகோதரி ஸ்ரீவித்யாவுக்கு.

உள்ளே

1. இவன் ஏன் இப்படி? ... 9
2. பரவும் வெள்ளைக் கிருமிகள் ... 20
3. 'இந்த எதிர்ப்பு போதாது!' ... 24
4. காந்தி, காங்கிரஸ், சித்தரஞ்சன் தாஸ் ... 30
5. மரியாதைக்குரிய தீவிரவாதி ... 46
6. காந்திக்கு எதிராக... ... 53
7. 'இனி இணையமாட்டோம்' ... 60
8. மறக்க முடியாத வியன்னா ... 66
9. தொடக்கம், முடிவு, தொடக்கம் ... 74
10. தப்பிச் செல்லும் படலம் ... 82
11. ஹிட்லர், முசோலினி, நேதாஜி ... 91
12. முதல் அரசாங்கம், இறுதிப் போர் ... 97
13. சர்ச்சைகள், புதிர்கள், மர்மங்கள் ... 115
    பிற்சேர்க்கைகள் ... 133

1. இவன் ஏன் இப்படி?

சுபாஷ் மட்டும் ஏன் இப்படி இருக்கிறான்?

தன் மகனைப் பற்றி நினைக்கும்போதெல்லாம் ஜானகிநாத் போஸுக்கு இந்தக் கவலை வந்துவிடும்.

இவன் வயதுடைய குழந்தைகள் எல்லோரும் உற்சாகமாக ஊரைக் கூட்டி விளையாடிக் கொண்டிருக்கும்போது இவன் மட்டும் ஏன் எப்போதும் முகத்தை உம்மென்று வைத்துக்கொண்டிருக்கிறான்?

நீண்ட நாள்களாகவே தன் மகனை அவர் கவனித்துக் கொண்டுதான் இருக்கிறார். அவனிடம் ஏதோ பிரச்னை என்று மட்டும் சர்வ நிச்சயமாகத் தெரிந்தது. ஆனால் இன்னது என்று இனம் காண முடியவில்லை.

விளையாட்டு மைதானம் போன்ற பெரிய வீடு. சொடக்குப் போட்டுக் கூப்பிட்டால் ஓடி வர வேலையாள்கள். அன்பான அப்பா, அம்மா, சகோதர, சகோதரிகள். வீடு முழுவதும் நிரம்பியிருக்கும் உறவினர்கள். விருப்பம் போல ஓடியாடி விளையாடலாம். எதை வேண்டுமானாலும் எடுத்துப் போட்டுத் தைரியமாக உடைக்கலாம். குழந்தைகளை யாரும் அந்த வீட்டில் அதட்டுவது, மிரட்டுவது கிடையாது. ஆனால், போஸ் மட்டும் யாருடனும் துளியும் ஒட்டுவதில்லை. பிற குழந்தைகளுடன் சேர்வதுவுமில்லை, சண்டை பிடிப்பதுவுமில்லை.

ஏன் இவன் இப்படி இருக்கிறான்?

●

போஸின் தந்தை, ஜானகிநாத் ஒரு வழக்கறிஞர். தாயார், பிரபாவதி. 1897 ஜனவரி 23-ம் தேதி இவர்களது ஒன்பதாவது குழந்தையாக சுபாஷ் சந்திர போஸ் பிறந்தான்.

ஜானகிநாத் கை நிறைய சம்பாதித்தார். வசதியான பெரிய வீடு. குழந்தைகளை எளிமையாகவே வளர்த்தார். நாடி வரும் உறவுக்காரர்களுக்குத் தேவையான உதவியை அளிக்க அவர் எப்பவும் தயங்கியதில்லை.

இதனாலோ என்னவோ, அவர்களது வீடு எப்போதும் உறவினர்களால் நிறைந் தேயிருக்கும். வீட்டில் கூட்டம் சேரச் சேர, போஸ் மட்டும் தனிமையைத் தேடி ஒதுங்கத் தொடங்கிவிட்டான்.

தந்தைக்கு ஓயாத அலுவல், தாய் பிரபாவதியோ வீட்டுக்கு வரும் உறவினர் களுக்கு உபசரிப்பு செய்வதிலேயே மூழ்கி விடுகிறார். வீடு பெரிதாக இருந்தென்ன? தன்னைக் கவனிக்க ஆளில்லை என்ற நினைப்பு போஸுக்கு.

பெற்றோர்தான் இப்படி என்றால் சகோதர, சகோதரிகளும் போஸைவிட்டு ஏனோ விலகியே இருந்தனர். எப்போதும் தனிமை. ஏகாந்தம். சிந்தனையின் துணையுடன் வாழ்ந்துகொண்டிருந்தான் போஸ்.

•

கட்டாக்கில் உள்ள ப்ராட்டஸ்டன்ட் ஐரோப்பிய பள்ளியில் (Protestant European School) போஸ் சேர்க்கப்பட்டபோது அவனுக்கு வயது ஐந்து. அப்போதெல்லாம் படிப்பது என்றால் ஆங்கிலம் கற்றுக்கொள்வது. அதனால்தான் ஜானகிநாத் இருப்பதிலேயே சிறந்த பள்ளியில் தன் மகனைக் கொண்டு போய்ச்சேர்த்தார். வெள்ளைக்காரதுரையைப்போல் தன் மகன் நுனி நாக்கில் ஆங்கிலம் பேசவேண்டும் என்பது அவருடைய விருப்பம்.

ஆனால் போஸுக்கு ஆங்கிலம் சுத்தமாக வரவில்லை. பாரதியாருக்குக் கணக்கு எப்படியோ, போஸுக்கு ஆங்கிலம் அப்படி. ஆசிரியர்கள் பெரும் பாலும் ஆங்கிலோ இந்தியர்கள். மாணவர்கள் அனைவரும் ஆங்கிலத் திலேயே பேச வேண்டும் என்று அவர்கள் வற்புறுத்தினர். ஏற்கெனவே ஒரு வார்த்தையும் பேசாமல் ஒதுங்கியிருந்த போஸ், சுத்தமாக வாயைத் திறப்பதையே நிறுத்திக்கொண்டான்.

•

நண்பர்கள், விளையாட்டு, ஆங்கிலம் எதுவுமே போஸைக் கவரவில்லை. பள்ளிக்குப் போனால் பாடங்கள், வீட்டில் எந்நேரமும் ஓயாத பரபரப்பு; எல்லாமே அலுக்கத் தொடங்கியது.

ஒரு நாள், அம்மாவிடம் பேச்சுக்கொடுத்தான் போஸ்.

'அம்மா, நீ ஏன் எப்பப் பார்த்தாலும், ஏதாவது பூஜை செஞ்சிக்கிட்டே இருக்கே?'

பிரபாவாதி ஏதோ பதில் சொல்ல, மீண்டும் கேள்வி கேட்கத் தொடங்கினான் போஸ்.

'யார் வேணாலும் பூஜை செய்யலாமா?'

10 மருதன்

‘ஓ! தாராளமா.’

‘அப்ப இனி நான் கூட உங்களை மாதிரியே பூஜை செய்யப்போறேன்.’

விளையாட்டுக்கு ஏதோ சொல்கிறான் என்றுதான் பிரபாவதி முதலில் நினைத்தார். ஆனால் நாட்கள் செல்லச் செல்ல போஸின் ஆர்வம் அவரைத் திகைக்க வைத்தது.

‘இவரு யாரும்மா?’

‘ராமகிருஷ்ண பரமஹம்ஸர்.’

‘இவரு...?’

‘விவேகானந்தர்.’

அம்மா வாசித்துக்கொண்டிருந்த புத்தகங்களை வாங்கி, போஸும் வாசிக்கத்தொடங்கினான்.

ஆன்மிகம் அவனைப் பற்றிக்கொண்டது.

•

தலையில் கை வைத்து உட்கார்ந்துவிட்டார் ஜானகிநாத்.

பள்ளிக்கு அனுப்பினால் அங்கு நான்கு பேருடன் நட்பாகப் பழகுவான் என்று நினைத்தால் அங்கும் வெட்டி விட்ட காத்தாடியைப் போல் தனியாகத் திரிகிறானே?

சொன்ன சொல்லுக்குக் கீழ்படியும் சமர்த்தான பையன். சந்தேகமேயில்லை. இருந்தாலும் இயல்பான ஒரு சராசரி பள்ளிச் சிறுவனாக இவன் இல்லையே! இதுதான் ஜானகிநாத்தின் கவலை.

இவனைத் தேடிக்கொண்டு யாரும் வருவதும் கிடையாது. விட்டத்தைப் பார்த்துக்கொண்டு மணிக்கணக்கில் உட்கார்ந்து கொண்டிருக்கிறான்.

சும்மா உட்கார்ந்திருந்தால்கூடப் பரவாயில்லை, சுபாவமே இப்படித்தான் என்று விட்டுவிடலாம். இவனோ ராமகிருஷ்ணரின் உபதேசங்களை எடுத்து வைத்துக்கொண்டு படித்துக்கொண்டிருக்கிறான். உபதேசங் களையும், சுலோகங்களையும் இத்தனைச் சிறிய வயதில் எதற்காக இவன் விழுந்து விழுந்து வாசிக்கவேண்டும்? இதையெல்லாம் அவன் புரிந்து கொண்டுதான் படிக்கிறானா அல்லது வெறுமனே வார்த்தைகளை விழுங்கி கொண்டிருக்கிறானா?

போஸை நெருக்கமாகக் கவனித்தபோது அவரது கேள்விக்கு விடை கிடைத்தது. தனியாக இருக்கும் சமயங்களில் சில சமயம் சற்று உரத்தக் குரலில் தான் படித்தவற்றை அடி மாறாமல் அப்படியே சொல்லிப்பார்க்கத் தொடங்கினான் போஸ்.

முதலில் தனிமை. இப்போது ஆன்மிகம். இவனது வயதுக்கு இரண்டுமே ஆபத்தான சங்கதிகள்.

●

'யாரும் அவனோட சேராதீங்க, அவன் ஒரு பைத்தியம்!'

நண்பர்கள் தனக்குச் செல்லமாக வைத்திருக்கும் பெயர் போஸுக்கும் தெரியும். அவன் காதுபட பல சமயம் கிண்டலடித்திருக்கிறார்கள். ஆனால் இதைப் பற்றியெல்லாம் கவலைப்படும் ரகம் கிடையாது போஸ். 'என்னை எப்படி வேண்டுமானாலும் அழைத்துக்கொள்ளுங்கள்!' என்று புன்னகைத்தபடி நகர்ந்துவிடுவான்.

அத்தனைச் சிறிய வயதில் அப்படி ஒரு 'எல்லாம் கடந்த' நிலையை அவனால் தொட முடிந்தது ஆச்சரியம்.

இந்தியர்களால் நடத்தப்பட்ட பள்ளிகளைக் காட்டிலும் பல விஷயங்களில் போஸ் படித்துவந்த பள்ளி வேறுபட்டிருந்தது.

பைபிள் வலுக்கட்டாயமாகப் போதிக்கப்பட்டது. 'இங்கிலாந்தில் குழந்தைகள் இதைத்தான் படிக்கிறார்கள். இந்தியர்கள் என்பதற்காக எந்தவித வேற்றுமையையும் நாங்கள் காட்ட முடியாது. ஒரே பாடத்திட்டம்; ஒரேதரம் என்று பள்ளி நிர்வாகம் காரணம் தெரிவித்தது.

கடமைக்காக, பைபிளை தினப்படி போஸ் உருப்போட்டுக்கொண்டிருந்தானே தவிர, அவனுக்கு பைபிள் படிப்பதில் ஆர்வம் இல்லை. கட்டாயத்துக்காகப் படித்தான்.

நாள்கள் செல்லச் செல்லத்தான் வாழ்ந்து கொண்டிருக்கும் உலகத்துக்கும், பள்ளியில் சொல்லித் தரப்படும் உலகத்துக்கும் பெருத்த இடைவெளி இருப்பதை போஸ் உணர்ந்தான்.

வீட்டுக்குப் போனால் வங்காளியில்தான் எல்லோரும் பேசுகிறார்கள். வழிபடும் தெய்வம் வேறு. ஆனால் பள்ளியில் ஆங்கிலத்தில்தான் பேச வேண்டும், எழுதவேண்டும் என்று வற்புறுத்துகிறார்கள். 'இயேசுநாதர்தான் கடவுள்' என்று அடித்துச் சொல்கிறார்கள்.

இதில், யார் சொல்வது சரி? யார் சொல்வது தவறு? யாரிடம் சென்று கேட்பது?

நன்றாகப் படிக்கும் மாணவர்களுக்கு உதவித்தொகை வழங்குகிறோம் என்று சொல்கிறார்கள். போஸ் நன்றாகவே படிக்கிறான், ஆனால் இந்தியன் என்பதால் அவனுக்கு இந்தச் சலுகை கிடைப்பதில்லை.

இதனால் முன்னைக்காட்டிலும் ராமகிருஷ்ணரும், விவேகானந்தரும் அவனை ஆக்கிரமித்தனர்.

1913-ல் கல்கத்தாவில் உள்ள பிரஸிடென்ஸி கல்லூரியில் பி.ஏ. வகுப்பில் சேர்ந்தான் போஸ்.

புதிய சூழல், புதிய நண்பர்கள்.

ராமகிருஷ்ணர், விவேகானந்தர் போன்றவர்களை ஞானகுருவாக வரித்துக் கொண்டு ஓர் இயக்கம் அந்தக் கல்லூரியில் செயல்பட்டது.

அந்த இயக்கத்தில் தன்னை இணைத்துக் கொண்டான் போஸ். இயக்கத்தின் மூலமாக அரவிந்தர் பற்றிய அறிமுகம் கிடைத்தது. தன் மூலமாக போஸ் பல புதிய விஷயங்களைக் கற்றுக்கொண்டான். ஆன்மிகம் எத்தனை முக்கியமோ, அத்தனை முக்கியம் சமூக சேவையும் என்பதை, மிகத் தெளிவாக உணர்ந்துகொண்டான்.

தனக்குத் தானே வரைந்துகொண்டிருந்த வட்டத்தைவிட்டு முதல் முறையாக வெளியே வந்தான் போஸ்.

●

ஒருமுறை விடுமுறைக்காக, கட்டாக் வந்திருந்த போஸுக்கு அருகில் உள்ள கிராமப்புறங்களுக்குச் செல்ல நேர்ந்தது. முன்னரே பரிச்சயமான பகுதிகள் தான் என்றாலும், அங்கு போஸ் கண்ட காட்சிகள் மனதை நோகச் செய்து விட்டன. ஊர் முழுக்க காலரா பரவி இருந்தது.

குடிக்கப் பால்கூடக் கிடைக்காமல் எலும்பும் தோலுமாக கைக்குழந்தைகள், படிப்பறிவில்லாமல் மக்கள், இருக்கும் இடம், சுவாசிக்கும் காற்று, எதிலும் தூய்மை இல்லை. நோய்வாய்ப்பட்ட மக்கள் வைத்தியம் செய்துகொள்ளும் அளவுக்கு வசதியில் இல்லை. யாரோ ஓங்கி அவன் முகத்தில் அறைந்தாற் போல் ஒரு வலி போஸின் நெஞ்சில். ஏழ்மையை முதன்முறையாக உணர்ந்து கொண்டான் போஸ். அந்தக் கிராமத்து வறுமை அவன் மனதைவிட்டு அகல நீண்ட காலமாகியது.

ஆண்டு விடுமுறைக்காக 1914-ம் ஆண்டு தன் வீட்டுக்குத் திரும்பினான் போஸ். அப்போது அவனுக்கு 16 வயது. ஒரு நாள் திடீரென்று வீட்டில் அவனைக் காணவில்லை. எல்லா இடங்களையும் தேடிப் பார்த்து விட்டார்கள். மூலை, முடுக்குகளில் எல்லாம் ஆட்களை அனுப்பி வைத்தார் ஜானகிநாத். ஒரு தகவலும் இல்லை. இப்போதுதான் கல்கத்தாவில் இருந்து திரும்பியிருக்கிறான். பிறகு எங்கு போயிருப்பான்?

கால்போன போக்கில் ஆழ்ந்த சிந்தனையுடன் நடந்து கொண்டு இருந்தான் போஸ். எங்கே? அவனுக்குத் தெரியவில்லை. ஆனால் காடுகளை நோக்கித் தான் தனது பயணம் இருக்கவேண்டும் என்பது மட்டும் சந்தேகத்துக்கு இடமின்றித் தெரிந்திருந்தது. காட்டில் என்ன கிடைக்கும்? எதைத் தேடி இந்தப் பயணம்? தெரியாது. 'தேடல்தான் வாழ்க்கை, தேடிப் பார்கிடைக்கும்' என்றன அவன் படித்தப் புத்தகங்கள். கிளம்பிவிட்டான்.

விவேகானந்தருக்கு ஒரு ராமகிருஷ்ணர் கிடைத்ததைப் போல் தனக்கும் ஒரு குரு கிடைத்தால் தன்னுடையத் தேடல் முற்றுப்பெறும் என்பது போஸின் கணிப்பு.

இப்போது அவனுடைய தேடல் ஒரு நல்ல குருவுக்காக.

இந்தத் தேடலுக்கு முன்பே போஸ் வேறு சில ஆயத்தங்களையும் செய்து விட்டான். 'ஞானத்தை நிரப்பிக்கொள்ள வேண்டுமானால் ஏற்கெனவே நிரப்பிக்கொண்டதைக் கீழே கொட்டியாக வேண்டும். பற்றுதலைத் துண்டித்துக்கொள்ள வேண்டும். உடைமைகள் என்று எதுவும் இருக்கத் தேவையில்லை; அவன் வாசித்த நூலில் காணப்பட்ட வாசகங்கள் இவை. அவ்வாறே செய்தான் போஸ்.

முதலில் உடைமைகளைத் துறந்தான். பிறகு பொருள்களை வாஞ்சையுடன் சேமித்து வைக்கும் வழக்கத்தைத் தொலைத்தான். ருசி பார்த்துச் சாப்பிடு வதை நிறுத்திக்கொண்டான். கேளிக்கை, விளையாட்டுகளில் ஆரம்பத் திலேயே அவனுக்கு நாட்டம் இருந்ததில்லை என்பதால் பிரச்னையில்லை.

அவனிடம் எஞ்சியது ஒரு வேட்டி, ஒரு சட்டை மட்டுமே. அதை வைத்துக் கொண்டே வாழ்வின் எல்லை வரைச் சென்று பார்த்து விட முடியும்; அந்த எல்லையை அடைந்த பிறகு அங்கிருந்து ஒரு குதி குதித்தால் மற்றொரு உலகம் தன்னை சுவீகாரம் செய்துகொள்ளும் என்று நினைத்தான். அந்த ஒரே ஒரு குதி - அதற்குத்தான் ஒரு குரு போஸுக்குத் தேவைப்பட்டார்.

நாள்கள், வாரங்கள், மாதங்கள் வேகமாகக் கழிந்தன.

படிப்பு, பெற்றோர் எல்லாமே மறந்துவிட்டது. தான் வாழ்ந்துகொண்டிருந்த உலகத்தைவிட்டு வெகு தொலைவு வந்துவிட்டோம் என்ற உணர்வே போஸுக்குப் பரம திருப்தியளித்தது.

ஏகாந்தம் இனித்தது. நிறைய திரிந்தான். இரவில் ஏதாவதொரு மரத்தின் அடியில் சுருண்டு படுத்துக்கொண்டான்.

காசி, ஹரித்துவார், பிருந்தாவனம் என்று புண்ணியப் பகுதிகளை வலம் வந்தான். தன்னைப் போலவே அங்கு பலர் திரிந்ததைப் பார்த்தபோது அவனுக்குத் திருப்தியாக இருந்தது. அதே சமயம் மற்றொரு கேள்வியும் முளைத்தது. இவ்வளவு அடர்ந்த தாடியுடன் இத்தனைப் பெரிய வயதில் பிச்சைப் பாத்திரத்தைச் சுமந்து கொண்டு அலைகிறார்களே! இன்னமுமா இவர்களுடைய தேடல் முற்றுபெறவில்லை? அல்லது இப்போதுதான் தேடத் தொடங்கியிருக்கிறார்களா? தேடல் அத்தனைக் கடினமானதா? இவர்களுடைய குரு யார்? விசாரித்தபோது இமயமலையைச் சுட்டிக் காட்டி னார்கள். சாதுக்கள், சந்நியாசிகளின் கூடாரம் இமயம் என்றும் தெரிந்து கொண்டான்.

அங்கும் சென்றான். முன்னால் பார்த்ததைவிட மிக நீளமான பஞ்சு தாடியுடன் பலர் கும்பல் கும்பலாக அலைந்து கொண்டிருந்தனர். போஸ் தயங்கி நின்றான். இதுதான் சந்நியாசிகளின் உலகமா? இவர்கள் பரம்பொருளைக் கண்டுவிட்டவர்களா? காணப் போகிறவர்களா? இவர்களில் ஒருவரைத்தான் குருவாக ஏற்றுக்கொள்ளவேண்டுமா? புரியவில்லை. அவர்களுடன் பேசிப்

பார்த்தான். அவர்களது பேச்சில் எந்தவித லயிப்பும் இல்லை. சிலருடன் சேர்ந்து சில காலம் சுற்றினான். அவர்களுடன் தங்கினான். அவர்களுடன் சாப்பிட்டான். அவர்களுடைய அன்றாட நிகழ்வுகளைக் கவனித்துக் கொண்டான்.

ஒருமுறை ஹரித்துவாரிலுள்ள ஒரு சத்திரத்துக்குச் சாப்பிடப் போயிருந்தான் போஸ். நிறைய சாதுக்கள் வரிசையாக நின்றுகொண்டிருந்தனர். போஸும் அவர்களுடன் சேர்ந்து நின்றுகொண்டான். இவனுடைய முறை வந்தது. சாப்பாடு பரிமாறிக்கொண்டிருந்தவர் போஸை நிமிர்ந்து பார்த்தார்.

'யார் நீ?'

'நானும் ஒரு சந்நியாசிதான். ஏன்?'

'உன்னைப் பார்த்தால் வங்காளியரைப்போல் இருக்கிறதே?'

'நான் ஒரு வங்காளியன்தான்.'

'அப்படியானால் உனக்கு உணவு கிடையாது.'

அதிர்ச்சியுடன் அவரை ஏறிட்டுப்பார்த்தான் போஸ்.

'ஏன்?'

'வங்காளியர்களுக்கு நாங்கள் உணவு அளிப்பதில்லை.'

'அதுதான் ஏன்?'

'வங்காளியர்கள் கிறித்துவர்களைப் போல. சுத்தமாக இருக்க மாட்டார்கள். மீன் சாப்பிடுவார்கள். உங்களைப் போன்றவர்களுக்கு உணவளிப்பது அசுத்தமான செயல்.'

போஸால் அதிர்ச்சியிலிருந்து மீளவே முடியவில்லை. எல்லாவற்றையும் தொலைத்த சாமியார்கள் கூட இப்படி நடந்துகொள்கிறார்களே? வங்காளியர் களுக்கு உணவு அளிப்பது அசுத்தமான செயல் என்று எந்த வேதத்தில் குறிப்பிடப்பட்டிருக்கிறது?

புத்த கயா சென்றான் போஸ். அங்கும் கிட்டத்தட்ட இதே வரவேற்புதான்.

'தனியாகத் தட்டு கொண்டு வா. எங்களது தட்டில் நீ சாப்பிடக் கூடாது.'

வெறுத்துப்போனது போஸுக்கு.

இவர்கள்தான் முற்றும் தொலைத்த சாமியார்களா? இதற்குப் பெயர்தான் சந்நியாசமா?

போஸுக்குச் சில விஷயங்கள் புரியத்தொடங்கின.

சந்நியாசிகள் என்று தங்களை அழைத்துக் கொண்டாலும், அடிப்படையில் அவர்கள் அனைவரும் சோம்பேறிகள். உணவு கிடைத்தால்போதும் என்று தூங்கி, பொழுதைக் கழிப்பவர்கள். அவர்களிடம் எந்தவொரு தேடலும்

இல்லை. புத்தரைப் போல் எல்லாவற்றையும் துறந்துவிட்டு அவர்கள் காட்டுக்குப் போகவில்லை. எதுவுமே இல்லை என்பதால் அலைந்து கொண்டு இருக்கிறார்கள். இதுதான் நிஜம். இவர்களை ஏழைகள் என்று கூட சொல்ல முடியாது. அவர்கள் உழைப்பாளிகள். மிகக் கடினமான உழைப் பாளிகள். போதுமான கூலி கிடைக்காததால் அல்லல்படுபவர்கள். இவர்கள் உழைக்கத் தயங்குகிற சோம்பேறிகள்.

போஸ் ஒரு முடிவுக்கு வந்தான். இந்தக் கூட்டத்தோடு தன்னால் ஒன்றிப்போக முடியாது. இது ஞானத்தைத் தேடும் கூட்டம் அல்ல, வெறும் அன்னக்காவடி கூட்டம். இவர்களுக்குத் தத்துவம் தெரியாது, ராமகிருஷ்ணரைத் தெரியாது. கீதை தெரியாது.

கடைசி கடைசியாக ஒரு முறை காசிக்குச் சென்று பார்த்துவிடலாம் என்று கிளம்பினான் போஸ். பனாரஸில் உள்ள ராமகிருஷ்ணா மடத்துக்குச் சென்றான்.

மடத்தின் தலைவரைச் சந்தித்த போஸ், அவரிடம் ராமகிருஷ்ணரின் உபதேசங்கள் குறித்து நிறைய வியாக்கியானம் செய்தான். உணவு சாப்பிடும் நேரம் வந்தது. நீண்ட வரிசை. காலியாக இருந்த இடத்தில் போய் அமர்ந்து கொண்டார் போஸ்.

அப்போது திடீரென்று ஒருவர் அவசர அவசரமாக ஓடி வந்தார்.

'நீ இதில் உட்கார வேண்டாம். உனக்கு வேறு இடம் இருக்கிறது. இங்கே பிராமணர்கள் மட்டுமே உட்காரலாம்.'

கையை உதறி எழுந்த போஸ் நேராக மடத்தின் தலைவரிடம் சென்றார்.

'ராமகிருஷ்ணரின் உபதேசங்களைப் பற்றி இத்தனை பேசுகிறீர்கள். ஆனால் இப்படித் தனித்தனி வரிசை அமைத்து உணவு அளிப்பது சரியானதுதானா? மனிதர்களுக்கு இடையே எந்த வேற்றுமையையும் பார்க்கக் கூடாது என்றுதானே அவர் சொல்லியிருக்கிறார்.'

'ஆமாம். ஆனால்....'

அவரது பதிலுக்குக் காத்திராமல் அங்கிருந்து வெளியேறினான் போஸ்.

வீட்டின் வெளிமுற்றத்தில் அமர்ந்து கொண்டிருந்தார் பிரபாவதி. சுற்றிலும் இருட்டு. அப்போது ஓர் உருவம் மெதுவாக வீட்டுக்குள் நுழைந்தது. நேராக பிரபாவதியை நெருங்கியது. பிரபாவதி தனது கண்களைக் குறுக்கிக்கொண்டு உற்றுப் பார்த்தார். இருட்டில் முகம் தெரியவில்லை. யார் இந்த சந்நியாசி? அவர் வியந்து கொண்டிருக்கும்போதே அந்த சந்நியாசி அவர் காலில் விழுந் தான். கேவிக் கேவி அழத் தொடங்கினான்.

'ஐயோ! சுபாஷ்' என்று கத்தியபடி அவனைக் கட்டியணைத்துக் கொண்டார் பிரபாவதி.

'நீ என்னைக் கொல்வதற்காகத்தான் பிறந்தாயா?'

ஓவென்று கதறி அழுதார்.

சிறிது நேரத்துக்கு இருவராலும் பேச முடியவில்லை.

●

பிரஸிடென்ஸி கல்லூரியில் சி.எப். ஓட்டன் என்பவர் பேராசிரியராக இருந்தார். இவருக்கு இந்தியர்கள் என்றால் கிள்ளுக்கீரைகள். வெள்ளைத் தோல் கொண்டவர்களே உயர்ந்தவர்கள் என்பதில் அசைக்க முடியாத நம்பிக்கை கொண்டவர். இந்தியர்கள் சிறு தவறு செய்தாலும் விளாசி விடுவார். அப்படித்தான் ஒரு முறை ஒரு மாணவரை ஏதோ ஓர் அற்ப காரணத் துக்காக, கன்னத்தில் அறைந்துவிட்டார். அதுவும் போஸுக்கு முன்னால்.

போஸ் அதிர்ந்தே விட்டான். இத்தனை மிருகத்தனமாக நடந்துகொண்ட ஓட்டன் மீது கோபம் கோபமாக வந்தது. இதை இப்படியே விட்டு விடக் கூடாது என்று தன் மனத்துக்குள் கருவிக்கொண்டான்.

அன்றைய வகுப்புகள் நிறைவடைந்ததும், போஸ் தனது சக மாணவர்களை ஒன்று திரட்டினான். பேராசிரியர் ஓட்டனுக்கு பாடம் கற்பிக்க அந்தக் கூட்டத்தில் முடிவு செய்யப்பட்டது.

மறுநாள் வகுப்பறையில் ஒரு மாணவனைக் கூட காணவில்லை. வகுப்புக்குச் சென்ற ஆசிரியர்கள் குழம்பிபோய்த் தலைமை ஆசிரியரிடம் புகார் கூறினர். அவருக்கும் ஒன்றும் புரியவில்லை. இதுவரை மாணவர்கள் இப்படி நடந்து கொண்டதேயில்லை.

உடனடியாக மாணவர்களை அழைத்துப் பேசினார்.

'ஏன் யாரும் வகுப்பறைக்கு வரவில்லை?'

'ஓட்டன் போன்ற ஆசிரியர்கள் இருக்கும்வரை நாங்கள் யாரும் வகுப் பறைக்குள் வரமாட்டோம்.'

ஓட்டனிடம் விசாரணை நடத்தப்பட்டது. அவரது செயல் கண்டிக் கப்பட்டது.

போஸின் போராட்ட குணத்துக்குக் கிடைத்த முதல் வெற்றி இது.

மாணவர்கள் போஸைப் புதிதாகப் பார்த்தார்கள். எப்படி இவனுக்கு இத்தனை தைரியம் வந்தது என்று அதிசயித்தனர்.

மாணவர் சங்கம் ஏற்பட்டபோது போஸையே தலைவராகத் தேர்ந் தெடுத்தனர்.

ஒரு பக்கம் ஆன்மிகத் தேடல், மறுபக்கம் தனது சமூகம் குறித்த விழிப் புணர்வு. இரண்டும் சம அளவில் கலந்திருந்தன போஸிடம்.

கல்கத்தாவில் டிராம் வண்டிகள் பிரபலம். ஒரு முறை போஸ் டிராம் வண்டியில் பயணித்தபோது வெள்ளைக்காரர்கள் செய்த ஜபர்தஸ்தில் அதிர்ந்துபோனார். ஓர் இருக்கையில் அமர்ந்துகொண்டு, எதிர் இருக்கையில் காலை நீட்டி உட்கார்ந்திருந்தனர். இதில் கொடுமை என்னவென்றால், அவர்களுக்கு அருகிலேயே பல இந்தியர்கள் நிற்கக்கூட இடமில்லாமல் சிரமப்பட்டு நின்றுகொண்டிருந்தனர்.

இந்தியர்கள் என்றால் இத்தனை இளக்காரமா? கோபம் தலைக்கேறியது போஸுக்கு.

ஓட்டன் மீண்டும் போஸைச் சீண்டினார். பாடம் எடுத்துக்கொண்டு இருக்கும்போது இந்தியர்களைப் பற்றிக் குறிப்பிட வேண்டி இருந்தது. இதுதான் சந்தர்ப்பம் என்று இந்தியர்கள் மீதான தனது வெறுப்பை அவர் மாணவர்கள் மத்தியில் கக்கினார்.

'இந்தியர்கள் அடிமைகளாக இருப்பதற்குத்தான் லாயக்கு. அப்படி இருப்பதைத் தவிர அவர்களால் வேறு எப்படியும் இருக்க முடியாது.'

தான் சொல்லியதைத் தானே ரசிப்பதைப் போலப் பெரிதாகச் சிரித்துக் கொள்ளவும் செய்தார். கூடவே பல வசை மொழிகள் வேறு. போஸ் பல்லைக் கடித்துக்கொண்டு பொறுமை காத்தார்.

அன்று மாலை ஓட்டன் தாக்கப்பட்டார். ஓர் ஆசிரியரை, அதுவும் வெள்ளைக் காரரை மாணவர்கள் அடித்து உதைத்த விஷயம் தீ போலப் பரவியது. இதைச் செய்தது போஸாகத்தான் இருக்க முடியும் என்று தலைமை ஆசிரியர் திடமாக நம்பினார்.

போஸ் மற்றும் அவனது நண்பர்கள் அழைத்து வரப்பட்டனர்.

'இந்தக் கல்லூரியிலேயே அதிக தொந்திரவு கொடுப்பவன் நீதான்.'

'மிக்க நன்றி' என்றான் போஸ்.

'இனி நீ எந்தக் கல்லூரியிலும் இரண்டு வருஷங்களுக்குச் சேரமுடியாது!'

'மிக்க நன்றி.'

போஸ் கல்லூரியிலிருந்து வெளியேறிய அதே சமயம் கல்கத்தாவின் முகம் மாறிக்கொண்டிருந்தது. கும்பல் கும்பலாகப் பல மாணவர்களைக் காவல் துறையினர் கைது செய்தனர். அவர்களுள் பலர் பிரஸிடென்ஸி கல்லூரியைச் சேர்ந்தவர்கள். கல்கத்தா நிலவரம் ஜானகிநாத்தைச் சென்றடைந்தது. உடனடியாகப் போஸ் கட்டாக் வரவழைக்கப்பட்டார்.

கட்டாக் வந்து சேர்ந்ததும் தன் தாயையையும் தந்தையையும் அழைத்து நிலைமையை விளக்கினார் போஸ். ஓட்டன் தாக்கப்பட்டதற்கான காரணத்தை விளக்கினார்.

'நீ செய்ததைக் குறித்து வருத்தப்படுகிறாயா?' என்றார் ஜானகிநாத்.

'சிறிதும் இல்லை. உண்மையைச் சொல்லப்போனால் சரியான ஒரு காரணத்துக்காக நான் போராடியிருக்கிறேன் என்பதைக் குறித்து எனக்கு மகிழ்ச்சியே.'

'சுபாஷ், உன்னைப் பார்ப்பதற்கு எனக்குப் பெருமையாக இருக்கிறது' என்றார் ஜானகிநாத் புன்னகைத்தபடி.

ஸ்காட்டிஷ் சர்ச் கல்லூரியின் பிரின்ஸிபாலைச் சென்று சந்தித்தார் போஸ். தத்துவம் பயிலத் தனக்கு மிகுந்த விருப்பம் உள்ளதாகத் தெரிவித்தார். போஸை அவருக்கு உடனே பிடித்துப்போனது. ஜுலை 1917-ம் ஆண்டு போஸ் கல்லூரியில் சேர்த்துக் கொள்ளப்பட்டார். 1919-ம் ஆண்டு பி.ஏ. முதல் வகுப்பில் தேர்ச்சி பெற்றார்.

2. பரவும் வெள்ளைக் கிருமிகள்

டிராம் வண்டியில் நடைபெற்ற சம்பவங்கள் போஸைக் கொதிக்க வைத்தது. உலகம் இத்தனை அநியாயமானதா என்று எண்ணி எண்ணிப் புழுங்கினார் போஸ். இந்தியாவை வெள்ளைக்காரர்கள் ஆள்கிறார்கள் என்கிற அளவில்தான் இதுவரை போஸ் தெரிந்துவைத்திருந்தார். ஆனால் ஒட்டுமொத்த இந்தியாவையே அவர்கள் அடக்கி ஒடுக்கி வைத்திருந்தார்கள் என்னும் உண்மையை அவரால் ஏற்றுக்கொள்ள முடியவில்லை.

தனது பார்வையைக் கூராக்கிக்கொண்டு நிறைய வாசிக்கத் தொடங்கினார்; ஒன்று தெளிவாகப் புரிந்தது. பிரிட்டன் இந்தியாவை ஆக்கிரமிக்கவில்லை. மொத்தமாகக் கபளீகரம் செய்துகொண்டிருந்தது. பள்ளிகளில், சாலைகளில், வீடுகளில், டிராம்களில், தெரு ஓரங்களில் அனைத்து இடங்களிலும் அவர்கள் பரவியிருக்கிறார்கள்.

சுதந்தர வேட்கையில் இந்தியா பற்றி எரிந்துகொண்டிருந்தது. போராட்டக் காரர்களை அடக்குகிறோம் பேர்வழி என்று சொல்லிக்கொண்டு கொத்துக் கொத்தாகப் படுகொலைகள் நடந்துகொண்டிருந்தன.

அமிர்தசரஸில் உதவி கமிஷனராக இருந்த பிரடரிக் கூப்பர் என்பவர் சொல்கிறார்.

'...ஒருவனைத் தூக்குமரத்துக்கு அழைத்துச்சென்றோம். திடீரென்று அவன் மயக்கம் போட்டு விழுந்துவிட்டான். மயக்கம் தெளிய அவனுக்குச் சிறிது அவகாசம் கொடுத்தோம். அவனுக்கு நினைவு திரும்பிவிட்டது என்பதை உறுதி செய்து கொண்ட பிறகு அவனைத் தூக்கிலிட்டோம். காவல் முகாமில் இருந்து ஒவ்வொருவராக வரவழைக்கப்பட்டுத் தூக்கிலிட்டுக் கொண்டிருந் தோம். *150...200..* கணக்கு ஏறிக்கொண்டே இருந்தது. 237 பேர் வந்ததும் நின்றுவிட்டது. முகாமிலிருந்து அடுத்த நபர் வெளியே வரவில்லை. எங்கள் ஆட்கள் பல தடவை சத்தம் போட்டுக் கத்தினர், கதவுகளை உதைத்தனர். யாரும் வெளியே வரவில்லை. உடனே கதவுளை உடைத்து உள்ளே புகுந்தோம். அங்கே

45 பேர் உள்ளேயே செத்துக் கிடந்தனர். அடுத்து நம்மைத் தான் அழைப்பார்கள் என்ற பயத்தினால் அவர்கள் மூச்சுத் திணறி இறந்திருந்தனர்...'

பிரிட்டிஷ் கொடியை வணங்காதவர்கள், உதாசீனம் செய்தவர்கள் கடுமையாகத் தண்டிக்கப்பட்டார்கள். அரசு அதிகாரிகளை மதிக்காதவர்கள், சிறையில் அடைக்கப்பட்டனர். முழுமையான அடக்குமுறை ஏவிவிடப்பட்டது.

அதே சமயம் மற்றொரு விசித்திரத்தையும் போஸ் கண்டுகொண்டார்.

எல்லோருமே பிரிட்டிஷ் அரசை எதிர்த்தனர் என்று சொல்ல முடியாது. பிரிட்டிஷாரின் நன்மதிப்பைச் சம்பாதித்துக்கொள்ளவேண்டும் என்று விரும்பியவர்களும் இருக்கவே செய்தனர். பிரிட்டிஷ் அரசின் கொடியை அவர்கள் சிரம் தாழ்த்தி வணங்கினர். இப்படி வணங்கியவர்களை பிரிட்டிஷ் அதிகாரிகள் அரவணைத்துக் கொண்டனர். அரசாங்கத்தில் அவர்களுக்குப் பெரிய பெரிய உத்தியோகம் அளிக்கப்பட்டது. கை நிறைய சம்பாத்தியம், கௌரவமான பதவி, நல்ல மரியாதை கிடைத்தது.

பிரிட்டிஷ் அரசு இந்தியாவை ஆக்கிரமித்தது நல்லதுதான் என்று அவர்கள் நினைத்தனர். 'என்ன தான் சொன்னாலும் வெள்ளைக்காரத் துரை மாதிரி வராது' என்று வெள்ளையர்களின் நிறத்தையும், படாடோபமான அதிகாரத்தையும் கண்டு வாய் பிளந்து நின்றனர் பலர். சுருங்கிய கருப்புத் தோல் கொண்ட சேரிவாசிகளை உய்விக்க வந்த ரட்சகர்கள்தான் வெள்ளையர்கள் என்று அவர்கள் கருதினர். இந்தியாவின் சருமத்தில் ஒட்டிக்கொண்ட வெள்ளையர்களைக் கருப்புத் தோலில் ஒட்டிக்கொண்ட கிருமிகளாகப் பார்த்தவர்களும் இருந்தனர். அவர்கள் வெள்ளையர்களைத் தீவிரமாக எதிர்த்தனர். அவர்களைத்தான் பிரிட்டன் அரசு தேடிப்பிடித்து அழித்துக் கொண்டிருந்தது.

முதல் உலகப்போர் நடைபெற்றுக்கொண்டிருந்த சமயம் பிரிட்டன் தனது கவனத்தை அமெரிக்காவின் பக்கம் திருப்பியது. அமெரிக்கா அப்போது ஒரு புதுப்பணக்கார நாடு. போர்ச் செலவுகளைச் சமாளிக்கவும், நீண்டகாலத் திட்டங்களுக்கும் அமெரிக்காவின் உதவியைப் பெறுவது முக்கியம் என்று பிரிட்டன் நினைத்தது. அதற்காக ஒரு தந்திரமான உபாயத்தைப் பிரிட்டன் கண்டுபிடித்தது.

அமெரிக்காவின் உதவியைப் பெற வேண்டுமானால் முதலில் அமெரிக்காவை இந்தப் போருக்குள் இழுக்க வேண்டும். எப்படி இழுப்பது? முதல் கட்டமாக ஜெர்மனிக்கு எதிரான பிரசாரத்தைத் தொடங்கி வைத்தது பிரிட்டன். ஜெர்மானிய மன்னர் கெய்ஸர் நாடு பிடிக்கும் வெறியுடன் பூமிப்பந்தை அச்சுறுத்திக் கொண்டிருப்பதாகவும், கெய்ஸரின் தீய எண்ணத்தை முறியடிக்க வேண்டுமானால், ஜெர்மனியைப் போர்முனையில் சந்திக்க வேண்டியது அவசியம் என்றும் அமெரிக்காவிடம் பிரிட்டன் கூறியது. தாம் நடத்தபோகும் யுத்தம் ஒரு 'ஜனநாயக யுத்தம்' என்றும் கூசாமல் சொல்லியது.

'சரி, அப்படியானால் இந்தியாவை மட்டும் பிடித்து வைத்துக் கொண்டிருக் கிறீர்களே, இதற்குப் பெயர் என்னவாம்?' என்று அமெரிக்கா கேள்வி

எழுப்பினால்? அப்படியெல்லாம் அமெரிக்கா கேட்காது, ஒருவேளை கேட்டுவிட்டால்? அதை எப்படிச்சமாளிப்பது? அதற்கும் ஒரு வழி வகுத்தது பிரிட்டன். 'இந்தியாவை நாங்கள் விரைவில் விடுவித்து விடுவோம்' என்று அமெரிக்காவின் காதில் விழும்படி உரக்க சத்தியம் செய்தது.

'இந்தியாவில் ஒடுக்குமுறை உச்சத்தில் இருக்கிறது', 'இந்தியர்கள் அவ்வப் போது சர்க்காருக்கு எதிராகக் கிளர்ச்சியில் ஈடுபடுகிறார்கள்' போன்ற வதந்திகளை அமெரிக்கா நம்பிவிட வேண்டாம் என்றும் அமெரிக்காவிடம் பிரிட்டன் கேட்டுக்கொண்டது. உச்சக்கட்டமாக, 500 பிரிட்டிஷ் அதிகாரிகளை அமெரிக்காவுக்கு அனுப்பிவைத்து 'ஜனநாயகப் போருக்கு' ஆதரவு திரட்டியது.

பிரிட்டனின் சாகசங்களை உண்மை என்று அமெரிக்கா நம்பியதா, அல்லது தெரிந்தே ஒப்புக்கொண்டதா என்பது இங்கே முக்கியமல்ல. பிரிட்டனின் வாதங்களை அப்படியே ஏற்றுக்கொண்ட அமெரிக்கா, பிரிட்டனுக்கு ஆதரவாகக் களத்தில் இறங்க இசைந்துவிட்டது..

ஆனால் இந்தியா இதை நம்பவில்லை. இது ஒரு மோசடி யுக்தி என்பதை இந்தியா உடனடியாகப் புரிந்துகொண்டது. இந்திய வளங்களைச்சிறிது சிறிதாக உறிஞ்சிக்கொண்டிருந்த பிரிட்டன், அத்தனைச்சுலபத்தில் இந்தியாவை விட்டு விலகாது என்று இந்திய சுதந்தரப் போராட்டத் தலைவர்களுக்குத் தெரியும்.

பால கங்காதர திலகர் பிரிட்டனின் இரட்டை வேடத்தை அம்பலப்படுத்தி உரையாற்றினார். 'இந்தியாவின் உடனடித் தேவை சுயராஜ்ஜியம்தான்' என்று திலகர் பிரகடனம் செய்தார். இதே கோரிக்கையை முன்வைத்து அன்னி பெஸன்ட் கிளர்ச்சி செய்தார்.

பிரிட்டனுக்கு இந்தக் கிளர்ச்சிகளைக் கவனிக்க நேரமே இல்லை. போர் முனையில்தான் அதன் மொத்த கவனமும்.

பிரிட்டன் எதிர்பார்த்ததைப் போலவே வெற்றி அவர்களுக்குத்தான். இந்த வெற்றி பிரிட்டனை ஏகத்துக்கும் உற்சாகப்படுத்தியது. நாடு பிடிக்க ஆசைப் பட்டது தவறு என்று சொல்லிதான் ஜெர்மனி மீது பிரிட்டன் போர் தொடுத்து வீழ்த்தியது. ஆனால் பிரிட்டன் செய்துகொண்டிருந்தது என்னவோ அதே வேலையைத்தான். தோல்வியுற்ற ஜெர்மனியை, பிரிட்டன் குரூரமாக நடத்தியது. மேலும், மத்தியக் கிழக்கில் மெக்கா, மதீனா, ஜெருசலேம் போன்ற பகுதிகளைச் சுருட்டிக்கொள்ளும் முயற்சியிலும் பிரிட்டன் ஈடுபட்டது. முதல் உலகப்போர் முடிவுக்கு வந்த பின்னும் துருக்கியைப் பாடாய்ப் படுத்தியது. ஊருக்கு ஒரு நியாயம் தனக்கு ஒரு நியாயம் என்பது தான் அன்றைய பிரிட்டனின் நியாயம்.

இந்தியாவில் பரவி வரும் கிளர்ச்சிகளை ஒடுக்க பிரிட்டன் ரௌலட் சட்டத்தை அமுல்படுத்தியது. இந்தச் சட்டத்தின்படி யாரை வேண்டு மானாலும் எப்போது வேண்டுமானாலும் இழுத்து வந்து விசாரிக்கலாம், சிறையில் தள்ளலாம், என்ன தண்டனை வேண்டுமானாலும் கொடுக்கலாம். விசாரணை கூடத் தேவையில்லை. 'எங்களுக்கு இவரைப் பிடிக்கவில்லை' போன்ற சாதாரண காரணங்களே கூடப் போதுமானதுதான். இந்தச்

சட்டத்தைக் கொண்டு வந்ததன் மூலம் சர்க்காருக்கும் போலீஸாருக்கும் மிதமிஞ்சிய அதிகாரம் கிடைத்தது.

இதே சமயம், பிரிட்டனுக்கு எதிராக, காங்கிரஸ் தீவிரமாகக் களம் இறங்கியது. 1885-ம் ஆண்டு டிசம்பர், 28-ல் தொடங்கப்பட்டது காங்கிரஸ் சபை. இதனைத் தொடங்கி வைத்தவர் ஆக்டவியன் ஹியூம். உண்மையில் விடுதலைப் போராட்டத்தை முன்னெடுத்துச் செல்லும் அமைப்பாக நினைத்து ஹியூம் இதனை ஆரம்பிக்கவில்லை. மாறாக, பிரிட்டிஷ் அரசாங்கத்துடன் தொடர்பு கொண்டு, காரியம் சாதித்துக்கொள்ளும் அமைப்பாகவே இது செயல்பட்டது. சர்க்காரிடம் மனு போடுவார்கள், வேலை கேட்டுக் கடிதம் எழுதுவார்கள். இவைதான் காங்கிரஸ் சபையின் தொடக்ககாலப் பணி. ஆனால் இதே காங்கிரஸ் பின்னர் பிரிட்டனுக்கு எதிராகப் போர்க்கொடி உயர்த்தியது.

காந்தியின் வருகைக்குப் பின்னால் பலம் கொண்ட ஓர் அமைப்பாக காங்கிரஸ் மாறியது. அப்போதுதான் தென்னாப்பிரிக்காவில் அறப்போர் நிகழ்த்திவிட்டு இந்தியா திரும்பியிருந்தார் காந்தி. இந்தியாவில் வேரூன்றியிருக்கும் பிரிட்டனின் அதிகாரம் அவரைத் திடுக்கிட வைத்தது. இந்தியாவுக்கு மற்றொரு அறப்போர் தேவை எனும் முடிவுக்கு அவர் வந்திருந்தார். அந்நிய சர்க்காரை எதிர்க்க வேண்டியது ஒவ்வொரு இந்தியரின் கடமை என்று அவர் அறிவுறுத்தினார். அடுத்து என்ன செய்யவேண்டும் என்பதற்கு நான்கு வழி முறைகளையும் வகுத்துக் கொடுத்தார் காந்தி. சர்க்காரை எதிர்க்கவேண்டும். பொருந்தாத சட்டத்தை மறுக்க வேண்டும். அறவழியில் போராட வேண்டும். சிறைபுகத் தயாராக இருக்கவேண்டும்.

1919, ஏப்ரல் 6-ம் தேதி மிகப்பெரிய அளவில் வேலை நிறுத்தத்தைத் தொடக்கி வைத்தார். பிரிட்டனுக்கு எதிராக இந்தியா நிகழ்த்திய முதல் பெரிய போர் இதுதான். முதல் பெரும் வேலைநிறுத்தமும் இதுதான்.

அமிர்தசரஸ். ஏப்ரல் 13-ம் தேதி ஜாலியன் வாலாபாக்கில் ஆயிரக்கணக்கான மக்கள் காக்கைக் குருவிகளைப் போல் சுடப்பட்டனர். 'என் துப்பாக்கியில் அதிக குண்டுகள் இருந்திருந்தால், இன்னமும் நிறைய பேரைச் சுட்டிருப் பேன்!' என்று ஆணவத்துடன் முழங்கினார் ஜெனரல் டயர்.

இந்திய மக்களை மேலும் அதிர்ச்சிக்குள்ளாக்கும்படி ஒரு சம்பவம் நடந்தது. லண்டன் சென்ற டயருக்கு அங்கு பலத்த வரவேற்பு அளிக்கப்பட்டது. இத்தனை இந்தியர்களைச் சுட்டுக்கொன்ற அவரது சாதனையைப் பாராட்டி 18,000 பவுன் பரிசாக அளிக்கப்பட்டது.

அதிர்ந்து போனது இந்தியா. மூலை முடுக்குகளில் எல்லாம் ஒத்துழையாமை இயக்கம் காட்டுத் தீ போல் பரவியது. சர்க்காரின் காலடியில் சுருண்டு படுத்திருந்தவர்கள்கூடத் திமிறிக்கொண்டு எழுந்தனர். 'ராவ் பகதூர்', 'சர்', 'ராவ்சாகிப்' போன்ற பட்டங்களைக் குப்பைத் தொட்டியில் கிழித்தெறிந் தனர். சர்க்கார் பதவியில் இருந்த பலர் பதவிகளைத் துறந்தனர்.

காந்தியின் சூடு பறக்கும் சத்தத்துக்குப் பலத்த வரவேற்பு கிடைத்தது.

3. இந்த எதிர்ப்பு போதாது!

ஜானகிநாத்துக்குப் பரிபூரண மனநிறைவு. எத்தனையோ சிரமங்களுக்கு இடையே போஸ் பி.ஏ. முடித்துவிட்டான். இன்னும் கொஞ்சம் சிரமப்பட்டு எப்படியாவது ஐ.சி.எஸ். படிப்பிலும் அவன் தேறிவிட்டால் பிறகு அவனைப் பற்றிக் கவலைப்பட வேண்டிய அவசியமே இருக்காது. ஐ.சி.எஸ். ஒரு வசீகரமான பதவி. அதில் கிடைக்கும் கௌரவமே தனி. குடும்பத்தில் ஒருவராவது ஐ.சி.எஸ் அதிகாரியாக இருப்பது எல்லோருக்கும் நல்லது.

போஸை அழைத்தார் ஜானகிநாத்.

'சுபாஷ், நீ ஐ.சி.எஸ். படிக்கவேண்டும் என்பது என் விருப்பம். உனக்குச் சம்மதமா?'

சம்மதம்தான் என்று தலையசைத்தான் போஸ்.

'அப்படியானால் நீ உடனடியாக லண்டன் கிளம்பவேண்டும்.'

'லண்டனா? இப்போதேவா?'

'நாளை வரை நேரம் இருக்கிறது, யோசி.'

எம்.ஏ. உளவியல் படிக்க வேண்டும் என்பது போஸின் கனவு. இந்நிலையில், லண்டன் போகமுடியுமா என்று தன் தந்தை கேட்டதும் அவருக்குத் தயக்கம். ஐ.சி.எஸ் படிப்பதில் உள்ள சிரமங்களையும் அவர் அறிவார். சிரமம் என்றால் வாசிப்பதில் மட்டுமல்ல; முதலில் லண்டன் பல்கலைக்கழகத்தில் அட்மிஷன் கிடைக்கவேண்டும். இன்னும் எட்டு மாதங்களே இருக்கின்றன. அதற்குள் நுழைவுப் பரீட்சைக்குத் தயார் செய்து கொள்ளவேண்டும். பெரிய சவால்தான். சந்தேகமேயில்லை.

இது தவிர வேறு ஒரு முக்கியக் குழப்பமும் இருந்தது. இந்தியாவை ஆட்டிப்படைக்கும் நாடு பிரிட்டன். இதை நேரடியாகக் கண்டுகொண்டவர்

போஸ். அப்படியிருக்க, ஐ.சி.எஸ். படிப்பதற்காக லண்டன் போவது ஒரு முரண்பாடுதானே!

போகலாமா வேண்டாமா? குழப்பத்தில் இருந்த போஸைத் தேற்றி அவரைச் சம்மதிக்க வைத்தவர் சரத் சந்திரா.

1919 இறுதியில் போஸ் லண்டனுக்குப் பயணமானார்.

'நான் இந்தியாவைத் தவிர உலகில் வேறு எந்தப் பகுதியிலேனும் தங்க நேர்ந்தால் லண்டனில்தான் தங்குவேன்.' இப்படிச் சொன்னவர் காந்தி. லண்டனுக்காக ஒரு வழிக் குறிப்பேடு கூட எழுதியிருக்கிறார் காந்தி.

லண்டன் வந்து இறங்கியதும் போஸ் நேராகச் சென்றது கேம்ப்ரிட்ஜ் பல்கலைக்கழகத்துக்குத்தான். அவகாசம் குறைச்சலாக இருந்ததால் கிட்டத் தட்ட முழு நேரத்தையும் படிப்பதிலேயே செலவிட வேண்டியிருந்தது. அரசியல், பொருளாதாரம், ஆங்கிலம், வரலாறு, நவீன ஐரோப்பிய வரலாறு உள்ளிட்ட ஒன்பது பாடங்கள்.

இந்தியர்கள் அதிக அளவில் ஐ.சி.எஸ்.-ல் தேர்ச்சி பெறுவதைத் தவிர்க்கும் பொருட்டு அவர்களது உச்சவரம்பு வயது 22-ல் இருந்து 19 ஆகக் குறைக் கப்பட்டது. ஆங்கிலேயர்கள் லத்தீன், கிரேக்கம் இரு மொழிகளில் எளிதாக 700-க்கும் அதிகமான மதிப்பெண்களை எடுக்க முடிந்தது. இந்தியர்களால் சமஸ்கிருதத்தில் 500-க்கு மேல் வாங்க முடியவில்லை. மீறி வெற்றி பெற்றாலும் பல தடைகள். அத்தனையும் போஸுக்குத் தெரிந்திருந்தது. கண் இமைக்கக்கூட நேரம் இருக்காது என்று அவருக்குத் தெரியும்.

போஸை அதிகமாகக் கவர்ந்தது வரலாறு. அமெரிக்கா, ரஷ்யா, ஜப்பான் என்று ஒவ்வொரு நாட்டின் வரலாற்றையும் வாசிக்க வாசிக்க இந்தியாவின் பரிதாபகரமான நிலைமையே அவர் கண் முன்னால் வந்தது. இத்தனை நாடுகள் சுதந்தரமாக முன்னேறிக் கொண்டிருக்கும்போது இந்தியா மட்டும் பிரிட்டனின் அடக்குமுறைக்கு ஆளாக வேண்டிய பரிதாபம் அவரை உலுக்கியது.

லண்டனில் கால் பதித்தவுடன் பல இந்தியர்கள் வெள்ளைக்காரர்களாக மாறிவிடுவார்கள். ஏதோ லண்டனிலேயே பிறந்து, வளர்ந்ததைப் போல் நடந்துகொள்வார்கள். வெள்ளைத் தோல் ஆள்களை நண்பர்களாக்கிக் கொண்டு, வெள்ளையர்களின் கலாசாரத்தை அவசர அவசரமாகத் தொண்டைக்குள் திணித்துக் கொண்டு அரை ஆங்கிலேயராகி விடுவார்கள்.

போஸை லண்டன் மாற்றவில்லை. லண்டனில் இருந்த ஒவ்வொரு நொடியும் அவர் இந்தியாவைப் பற்றியே சிந்தித்துக் கொண்டிருந்தார். பிரிட்டனின் ஆடம்பரமும், பகட்டும் அவரை அசைக்கவில்லை. மாறாக, வேறு சிந்தனைகளையே தோற்றுவித்தன.

'இத்தனைச் சிறிய நாடு, அத்தனைப் பெரிய இந்தியாவை ஆட்டிப் படைக்கிறதே. ஏழரைக்கோடி பிரிட்டிஷார் சுதந்தரமாக இருக்கும்போது 30 கோடி இந்திய மக்கள் சுதந்தரமாக இருக்க முடியாதா?'

வளம் கொழிக்கும் புண்ணிய நாடாக அவர் பிரிட்டனைப் பார்க்கவில்லை. இந்தியாவைச் சிறிது சிறிதாக விழுங்கிக்கொண்டிருக்கும் பெரும் மலைப் பாம்பாகவே பார்த்தார். படாடோபமான உடை, அலங்காரம், கார், பங்களா இவை மட்டுமா நாகரிகம்? பிரிட்டன் ஒரு காட்டுமிராண்டி நாடு. சந்தேகமே யில்லை. பிறரை அடிமைப்படுத்தும் மனப்பான்மையும் நாகரிகமும் கைகோர்த் துக் கொண்டு இருந்துவிட முடியாது. போஸ் இதில் தெளிவாகவே இருந்தார்.

பிரிட்டிஷார் அனுபவித்துவரும் சுதந்தரத்தைப் பார்த்த பிறகுதான் இந்தியர்களின் உண்மையான நிலை அவருக்குப் புரிந்தது.

லண்டன் மாணவர்கள் தங்கள் தாய்மொழியான ஆங்கிலத்திலேயே அனைத்து பாடங்களையும் படிக்கிறார்கள். இவர்களுடைய பாடப் புத்தகங்களைப் பிடுங்கி வைத்துக்கொண்டு வங்காள மொழிப் பாடங்களைத் திணித்தால் இவர்கள் என்ன செய்வார்கள்? இந்தியாவின் விஸ்தீரணத்தை, மாநிலங்களை, கலாசாரத்தை அவர்களுக்கு வலுக்கட்டாயமாகப் புகட்டினால் என்ன செய்வார் கள்? ஒவ்வாத உணவு தொண்டைக்குள் முள்ளாகக் கிடந்து உறுத்தாதா?

பிரிட்டிஷாருக்குப் பிரிட்டனைப் பற்றிப் போதிப்பது நியாயம். பிரிட்டன் கதைகளைச் சொல்வது நியாயம். ஆங்கிலத்திலேயே பேச, எழுத பயிற்சியளிப்பது நியாயம். அந்த நியாயத்தை இந்தியர்கள் மீது திணிப்பது எப்படிச் சரியாகும்? பிரிட்டிஷாருக்குக் கிடைக்கும் சலுகைகள் இந்தியர்களுக்கு மறுக்கப்படுவது ஏன்?

போஸை சிறிது சிறிதாகச் சிதறடித்து கொண்டிருந்தது லண்டன். ஒரு போராட்டக் களத்தில் தன்னந்தனியாகச் சுற்றிகொண்டிருப்பதைப் போல் அவர் உணர்ந்தார். தான் பார்க்கும் எந்தவொரு விஷயத்தையும் அவர் இந்தியாவோடு பொருத்திப் பார்த்து ஆற்றாமையால் பொருமினார்.

இங்கு எல்லோரும் சுதந்தரமாகச் சிந்திக்கிறார்கள், அவர்களது எண்ணங் களை யாரும் கட்டுப்படுத்துவதில்லை. தெருக்களில் யாரும் போராட்டக் கொடி பிடித்துக் கொண்டு திரிவதில்லை. சுதந்தரமாகச் சிரிக்கிறார்கள்; சாப்பிடுகிறார்கள். சுதந்தரமாகத் தேர்வு செய்துகொள்கிறார்கள்.

சுதந்தரம்!

இந்த ஒற்றை வார்த்தைக்குள் பொதிந்து கிடக்கும் அர்த்தங்களை ஆழமாக வாசிக்கத் தொடங்கினார் போஸ்.

●

1920-ஆம் ஆண்டு ஜூலையில் சிவில் சர்வீசஸ் பரீட்சை நடைபெற்றது.

போஸ் தன் வீட்டுக்கு ஒரு கடிதம் எழுதினார். 'அன்புள்ள அம்மா, அப்பா, நான் பரீட்சை எழுதிவிட்டேன். தேர்ச்சிபெறுவேன் என்ற நம்பிக்கை என்னிடம் இல்லை. எதற்கும் தயாராக இருப்பது நல்லது.'

செப்டம்பர் மத்தியில் பரீட்சைக்கான முடிவு வெளிவந்தது. போஸால் நம்பவே முடியவில்லை. பரீட்சையில் தேறியது மட்டுமில்லாமல்

நான்காவது இடத்தையும் பெற்றிருந்தார். உடன்படித்த மாணவர்கள், ஆசிரியர்கள் அத்தனை பேரும் போஸை வாய் பிளந்து பார்த்தனர். வருஷக் கணக்கில் விழுந்து விழுந்து படித்தும் தேர்ச்சியின்றித் திரும்பியவர்களுக்கு மத்தியில் முதல் முயற்சியிலேயே அதுவும் எட்டே மாதங்களில் படித்து போஸ் பெற்ற வெற்றி அவர்களை ஆச்சரியப்படுத்தியது.

பின்னர் மதிப்பெண்களின் பட்டியல் கையில் கிடைத்தது. ஆங்கிலக் கட்டுரைப் பாடத்தில் முதல் மதிப்பெண். போஸ் மெலிதாகப் புன்னகைத்துக் கொண்டார்.

சரி, அடுத்து என்ன செய்வது?

இனி ஐ.சி.எஸ். அதிகாரியாவது வெகு சுலபம். அப்படி ஆகிவிட்டால் தன் அப்பாவின் கனவைப் பூர்த்தி செய்ததாக ஆகிவிடும். வயதான காலத்தில் அப்பாவுக்கு ஓய்வு கொடுக்கலாம், நிம்மதி அளிக்கலாம். ஆனால் அப்படிச் செய்துவிட்டால் தனது நிம்மதி போய்விடுமே என்பதுதான் போஸின் கவலை.

செப்டம்பர் 1920 முதல் மார்ச் 1921 வரை இதே போராட்டம்தான். அடுத்து என்ன? இந்த ஒரு கேள்வியை வைத்துக் கொண்டு குழப்பிக் கொண்டிருந்தார் போஸ்.

ஜானகிநாத்துக்கும் போஸுக்கும் இடையிலான கடிதப் பரிமாற்றங்கள் அதிகரித்தன.

'இந்தியாவுக்குச் சீக்கிரத்தில் சுயராஜ்ஜியம் கிடைத்துவிடும். உன்னைப் போன்ற ஐ.சி.எஸ். அதிகாரிகளுக்கு அப்போது நிறைய கௌரவம் கிடைக்கும். பதவியை ஏற்றுக்கொள்' என்றார் ஜானகிநாத்.

'என்னைப் போன்றவர்கள் ஐ.சி.எஸ். அதிகாரிகளாக மாறிவிட்டால் பிறகு இந்தியாவுக்கு சுயராஜ்ஜியம் எப்படிக் கிடைக்கும்?'

'இன்னும் பத்து ஆண்டுகளில் இந்தியா மாறிவிடும் என்று எல்லோரும் சொல்கிறார்கள்.'

'இப்போதைய சூழ்நிலை தொடருமானால் இது சாத்தியமே இல்லை.'

'சரி, முடிவாக நீ என்ன சொல்கிறாய்?'

'சொல்கிறேன்.'

தன் சகோதரன் சரத் சந்திராவுக்கு நீண்ட கடிதங்களை அனுப்பினார் போஸ்.

'அரவிந்தர், ராமகிருஷ்ணர் போன்றவர்களை வாசித்தபிறகு, மனத்துக்கு ஒவ்வாத முடிவை எடுப்பதற்குச் சிரமமாக இருக்கிறது.'

சரத் சந்திரா சுருக்கமாகத் தனது முடிவைத் தெரிவித்தார்.

'அவசரப்படாதே. உனக்குச் சரியென்று படுவதை, யோசித்து உறுதியாகச் செய்.'

●

கிட்டத்தட்ட இதே சமயம் சரோஜினி தேவி லண்டன் வந்திருந்தார். அவர் இந்தியர்கள் மத்தியில் உரையாற்றப் போகிறார் என்பதை அறிந்ததும் போஸ் கூட்டத்தில் ஆர்வத்துடன் கலந்துகொண்டார்.

அந்தச் சம்பவத்தைப் பின்னர் இப்படிக் குறிப்பிடுகிறார் போஸ்.

'சரோஜினி தேவி பேசியதைக் கேட்கும்போது என் உள்ளம் பெருமிதத்தால் பூரித்தது. ஓர் இந்தியப் பெண்மணிக்கு இத்தனைத் திறமையும் கல்வியறிவும் குணமும் இருப்பதைக் கண்டு மகிழ்ச்சி அடைந்தேன். இப்படிப்பட்டவரை ஈன்றெடுத்த இந்தியா இன்னமும் அடிமையாக இருப்பது எத்தனைத் தவறானது! இந்தியாவுக்கு அற்புதமான எதிர்காலம் இருக்கும்போது எதற்காக அடிமையில் உழலவேண்டும்?'

●

போஸ் லண்டனில் இருந்த அதே சமயம் இந்தியாவில் அடுத்தடுத்து பல மாற்றங்கள் ஏற்பட்டுக் கொண்டிருந்தன. காந்தியின் தலைமையில் காங்கிரஸ் புதிய வீரியத்துடன் பிரிட்டன் எதிர்ப்புப் போராட்டத்தை முன்னெடுத்துச் சென்றது.

போஸ் என்ன நினைத்தாரோ அதையேதான் காந்தியும் நினைத்தார். 'சந்தேகமேயில்லாமல் பிரிட்டிஷ் அரசு இந்தியாவுக்கு விரோதமானது. ஒவ்வொரு இந்தியருக்கும் விரோதமானது. மிருகத்தனமானது. கட்டாயம் அகற்றப்பட வேண்டியது.'

காந்தியின் ஆளுமை போஸை வசீகரித்தது. ஒரு தெளிவான திட்டமும் அவர் மனத்தில் உருவானது.

மே 1921. லண்டனிலுள்ள அமைச்சர் மாண்டேகுவின் அலுவலகத்தில் நுழைந்தார் போஸ்.

மாண்டேகு தனது புருவங்களை உயர்த்தினார்.

'நீங்கள் யார்?'

'என் பெயர் சுபாஷ் சந்திர போஸ். ஐ.சி.எஸ். தேர்ச்சி பெற்றவன்.'

'மகிழ்ச்சி. நான் உங்களுக்கு என்ன செய்யவேண்டும்?'

'என்னுடைய விண்ணப்பத்தை நீங்கள் ஏற்றுக்கொள்ள வேண்டும்!'

மாண்டேகு சாய்ந்து அமர்ந்தார். விண்ணப்பங்களுக்கு என்றுமே குறை இருந்ததில்லை. பதவி உயர்வு, தெரிந்தவர்களுக்குச் சர்க்கார் உத்தியோகம் வாங்கித் தர சிபாரிசு, அவசர விடுமுறை. விண்ணப்பங்களில் நிறைய வகையறாக்கள் உண்டு.

'சொல்லுங்கள். உங்களது விண்ணப்பம் என்ன?'

'நான் என்னுடைய பதவியை உடனடியாக ராஜினாமா செய்ய விரும்புகிறேன்.'

போஸைக் குழப்பத்துடன் பார்த்தார் மாண்டேகு. அவருக்குத் தெரிந்து ஐ.ஏ.எஸ். பதவியை அதுவரை யாரும் ராஜினாமா செய்ததில்லை.

'உங்களைப் பார்த்தால் மிகவும் இளைஞராக இருக்கிறீர்களே. உங்களது வயது என்ன?'

'இருபத்து நான்கு.'

'ஹா! இத்தனைச் சிறிய வயதில் எத்தனைப் பெரிய பதவி, கௌரவம் உங்களுக்குக் கிடைத்திருக்கிறது. இதை யாராவது உதறுவார்களா?'

'மன்னிக்கவும், நான் ஏற்கெனவே முடிவு எடுத்துவிட்டேன். சீக்கிரத்தில் என்னுடைய விண்ணப்பத்தை ஏற்றுக்கொண்டீர்களானால் நல்லது.'

மாண்டேகுவுக்கு ஏனோ போஸை உடனே பிடித்துப்போனது.

'மிஸ்டர் போஸ்! நான் சொல்லி உங்களுக்குத் தெரிய வேண்டியதில்லை. சர்க்காரில் சிறிய வேலை கிடைக்குமா என்று பல இந்தியர்கள் காத்துக் கொண்டிருக்கிறார்கள்.'

போஸ் எதுவும் பேசவில்லை. மாண்டேகு தொடர்ந்தார்.

'ஐ.சி.எஸ். என்பது பலருடைய நிறைவேறாத கனவு. இதைக் கொண்டு நீங்கள் நிறைய விஷயங்களைச் சாதிக்கலாம். திடீரென்று ராஜினாமா செய்வதற்கான அவசியம் என்ன?'

போஸ் தீர்மானமான குரலில் சொன்னார். 'நான் இந்தியா திரும்பவேண்டும்.'

'இந்தியாவுக்கா? அங்கு என்ன செய்யப் போகிறீர்கள்?'

'மன்னிக்கவும். நான் தர்க்கம் செய்ய விரும்பவில்லை. சீக்கிரத்தில் என்னை விடுவித்தால்...'

மாண்டேகு இடைமறித்தார். 'சொல்லுங்கள்... இந்தியாவில் என்ன செய்ய போகிறீர்கள்?'

'இந்தியாவில் செய்வதற்கு நிறைய இருக்கிறது. என்னால் என்ன முடியுமோ அதைச் செய்யவேண்டும்.'

'அங்கு பதற்றமான சூழல்தான் நிலவிக்கொண்டிருக்கிறது. இந்தியர்கள் சர்க்காரை எதிர்த்துக் கொண்டிருக்கிறார்கள்.'

'இல்லை. இந்த எதிர்ப்பு போதாது'

'நீங்கள் என்ன சொல்ல வருகிறீர்கள்?'

போஸ் அமைதியாக அவரை உற்றுப்பார்த்தார். 'விவாதிக்க எனக்கு நேரமில்லை. இப்போது என்னுடைய ராஜினாமாவை ஏற்றுக்கொள்ளப் போகிறீர்களா இல்லையா?'

மாண்டேகுவால் மறுவார்த்தை பேச இயலவில்லை.

4. காந்தி, காங்கிரஸ், சித்தரஞ்சன் தாஸ்

ஜூலை 26, 1921 அன்று பம்பாய் துறைமுகத்துக்கு வந்து இறங்கிய போஸ், முதல் வேலையாகக் காந்தியைச் சென்று சந்தித்தார்.

தன் முன்னால் அடக்கமாகக் கைகளைக் கட்டி நின்றுகொண்டு இருந்த அந்த இளைஞனை உற்றுப் பார்த்தார் காந்தி. ஐ.சி.எஸ். முடித்துவிட்டால் கவர்னர் ஜெனரலாக ஆகலாம். உயர்நீதிமன்ற நீதிபதியாகப் பணியாற்றலாம். அளவற்ற அதிகாரம் குவிந்துகிடக்கும். இந்திய அமைச்சர்களைக் கூட இவர்கள் மதிக்க வேண்டாம். அத்தனைப் பெரிய பதவியை உதறித் தள்ளிவிட்டு வந்திருக்கிறான் இவன்.

மெதுவாகப் பேசத்தொடங்கினார்.

'உண்மையிலேயே தேச சேவையில் உங்களுக்கு அத்தனை நாட்டமா?'

'ஆமாம்.'

'இந்த வேகம் என்றும் நிலைத்து இருக்குமா?'

'நிச்சயம்.'

'அப்படியானால் நீங்கள் உடனடியாகக் கல்கத்தா சென்று மாகாணத் தலைவரான சி.ஆர். தாஸைச் சந்திக்கவும்!'

ஒரு ஊரில் ஒரு ராஜா இருந்தார் என்று கதை சொல்வார்களே, அப்படி ஒரு ராஜாவாகத் தான் சித்தரஞ்சன் தாஸ் இருந்தார். இன்பம் எங்கெல்லாம் இருக்கிறதோ அங்கெல்லாம் தேடிப்போனவர் அவர். இன்பம், இன்பத்தைத் தவிர வேறொன்றும் இல்லை என்னும் கொள்கையில் உறுதியுடன் இருந்தவர். தொழில் முறையில் வழக்கறிஞர். ஜானகிநாத்தைப் போலவே கொடி கட்டிப் பறந்தவர். கவிஞரும் எழுத்தாளரும்கூட.

சுதந்தரப் போராட்டம் தாஸை அடியோடு புரட்டிப் போட்டது. எல்லாவற்றையும் உதறித்தள்ளிவிட்டுக் களத்தில் குதித்தார். 1906-ல்

காங்கிரஸில் இணைந்தார். காந்திக்கு அடுத்து இவர்தான் என்று சொல்லும் அளவுக்குப் பொது வாழ்க்கையில் தன்னைக் கரைத்துக் கொண்டார்.

ஐரோப்பிய தொழில்மயமாக்கலை நிராகரிக்கவேண்டும், நகர்ப்புற பொருளாதாரத்தை முன்னேற்ற வேண்டும், கிராம வாழ்க்கையை வளப்படுத்தவேண்டும், அனைவருக்கும் கல்வி போன்றவை இவர் முன்வைத்த முக்கியக் கோரிக்கைகள். வெளிநாட்டுப் பொருட்களை பகிஷ்கரிக்கவேண்டும், சுதேசி உற்பத்தியை ஆதரிக்க வேண்டும் என்னும் கோரிக்கையை காந்திக்கு முன்னரே முன்வைத்தவர் இவர்தான். தேசபந்து எனச் செல்லமாக மக்களால் அழைக்கப்பட்டவர்.

காந்தியும் தேசபந்துவும் முரண்படும் இடம் ஒன்று உண்டு. எந்தச் சூழலிலும் வன்முறை கூடவே கூடாது என்பது காந்தியின் கொள்கை. எல்லாச் சமயங்களிலும் அமைதிப் போராட்டத்தை உபயோகிக்க முடியாது என்பது தேசபந்துவின் கொள்கை. தேசபந்து புரட்சியாளர்களோடு நெருங்கிப் பழகியவர். அதனால் அவருக்கு அதில் சிறிது ஈர்ப்பு இருந்தது உண்மை.

இந்தியச் சூழலுக்கு வன்முறை ஒத்துவராது என்று அவருக்கும் தெரியும். அதே சமயம், இந்தியாவை வலிமை பொருந்திய நாடாக மாற்றவேண்டுமானால் ராணுவரீதியாக இந்தியா வளரவேண்டும் என்று நினைப்பவர்களுக்கு உதவினார்.

காந்திக்கு நேர்மாறான வழியில் போராட ஒரு குழு வங்காளத்தில் தயாராக இருந்தது. ஜதிந்திர நாத் முகர்ஜி, பிபின் பிகாரி கங்கூலி போன்றோர் எதையும் செய்யச் சீற்றத்துடன் காத்துக் கொண்டிருந்தனர். இவர்களுக்கு தாஸின் மீது மிக்க மரியாதை உண்டு.

சற்றும் தாமதிக்காமல் கல்கத்தா விரைந்தார் போஸ்.

சித்தரஞ்சன் தாஸிடம் தன்னைச் சுருக்கமாக அறிமுகம் செய்துகொண்டார். 'ஐ.ஏ.எஸ். பதவியை ராஜினாமா செய்துவிட்டேன்!' என்று தீர்க்கமாகச் சொன்ன அந்த இளைஞரை பெருமிதம் பொங்கப் பார்த்தார் தாஸ்.

உறுதியான குரலில் பேசினார் போஸ்.

'நான் காந்தியைச் சந்தித்தேன். அவர்தான் உங்களிடம் என்னை அனுப்பி வைத்தார்.'

தாஸ் புன்முறுவலுடன் அவரைப் பார்த்தார்.

'நீங்கள் என்ன செய்ய விரும்புகிறீர்கள்?'

'இந்தியாவின் சுதந்தரத்துக்கு என்னவெல்லாம் செய்ய முடியுமோ அத்தனையும்!'

சுதந்தரப் போராட்டத்தை நாம்தான் தலைமை தாங்கி நடத்துவோம் என்று ஏகமனதுடன் முடிவு செய்திருந்தது காங்கிரஸ். சிறு சிறு இயக்கங்களாகச்

சிதறிப் போனால் ஒழுக்கம் குலைந்துவிடும், சக்தியும் வீணாகிவிடும். எனவே, அனைவரையும் ஒரே குடையின் கீழ் கொண்டு வரவேண்டும் என்று காங்கிரஸ் விரும்பியது.

வன்முறை துளி கூட உதவாது; அமைதிப் போராட்டம் தான் உகந்தது என்றார் காந்தி. காந்தியின் போராட்ட முறைதான் காங்கிரஸின் போராட்ட முறை. காங்கிரஸின் போராட்ட முறைதான் இந்தியாவின் போராட்ட முறை. 'அகிம்சை வழியில், அறப்போராட்டம் நடத்துவோம்' என்று காந்தி கோஷமிட்டார்.

காங்கிரஸ் இரண்டு விஷயங்களில் தெளிவாக இருந்தது. கட்சி சுதந்தரமாக இயங்க உதவவேண்டும். கட்சியுடன் எல்லோரும் ஒத்துப்போகவேண்டும்.

சி.ஆர். தாஸுக்கு போஸ் மீது மிகுந்த நம்பிக்கை ஏற்பட்டது. போஸின் குரலில் தொனித்த உறுதியை அவர் கண்டுகொண்டார். தனக்குக் கிடைத்த மிகப்பெரிய கௌரவத்தை உதறித்தள்ள முடிந்த ஒருவனால் கட்டாயம் நிறைய சாதிக்க முடியும். அதுவும் இல்லாமல், காந்தியின் தேர்வு என்றுமே தவறாது என்று தாஸுக்குத் தெரியும்.

கல்கத்தாவில் தேசியக் கல்லூரி தொடங்கப்பட்டபோது போஸ் அதன் தலைவராக நியமிக்கப்பட்டார். அப்போது போஸின் வயது 25 மட்டுமே. அசப்பில் ஒரு மாணவனைப் போலவே தோற்றமளித்த போஸ், பிற மாணவர்களுக்கு வகுப்புகளை எடுத்தார். கூடுதலாக நிறைய வாசிக்கவும் செய்தார். லண்டனில் இருந்தபோதே அவரை ஈர்த்த வரலாற்றை இன்னமும் ஆழமாக ஆய்வு செய்யத் தொடங்கினார். குறிப்பாக, ரஷ்யா, அயர்லாந்து நாடுகளின் விடுதலைப் போராட்டங்களை வாசிக்க வாசிக்கப் புதிய நம்பிக்கை அவருக்குள் படர்ந்தது.

தான் படித்தவற்றை வகுப்பறையில் மாணவர்களிடம் பகிர்ந்துகொண்டார். அவர்களுக்குப் புரியும் மொழியில், புரியும் விதத்தில் வரலாற்றைப் போதித்தார். பாடம் எடுத்தார் என்பதைவிட, பிரசாரம் செய்தார் என்று சொல்வது பொருத்தமாக இருக்கும்.

•

இந்தச் சமயத்தில் பிரிட்டன் ஒரு புதிய அறிவிப்பை வெளியிட்டது.

முதல் உலகப் போரில் பிரிட்டன் சார்பாகப் பல இந்திய வீரர்கள் கலந்து கொண்டதைக் கௌரவப்படுத்தும் வகையில் தனது நன்றியை வெளிக்காட்ட விரும்பியது. வெறும் வாழ்த்துத் தந்தியை மட்டும் அனுப்பி வைப்பது முறையல்ல என்பதால் வேல்ஸ் இளவரசரை இந்தியாவுக்குப் பிரத்யேகமாக அனுப்பிவைப்பதாக அறிவித்தது. இவரது வருகை இந்தியாவைக் கௌரவப்படுத்தும், இந்தியர்களைக் கவரும் என்பது பிரிட்டனின் நினைப்பு.

அப்போது இந்திய வைசிராயாக இருந்தவர் லார்ட் ரீடிங். தன்னுடைய திறமையை நிரூபிக்க இது ஒரு வாய்ப்பு என்று அவர் நினைத்தார். இளவரசர்

இந்தியாவுக்கு வருகை தரும்போது இந்தியா ஓர் அமைதிப் பூங்காவாகக் காட்சியளிக்க வேண்டும் என்று அவர் விரும்பினார். அதற்கான ஏற்பாடு களைத் தடபுடலாகச் செய்யத் தொடங்கினார்.

காங்கிரஸ் இந்த வாய்ப்பைத் தனக்குச் சாதகமாகப் பயன்படுத்திக்கொள்ளத் துடித்தது. 'இளவரசர் வருகை தரும் தினத்தில் இந்தியா எங்கும் முழுநீள வேலை நிறுத்தம் நடத்தவேண்டும்' என்று காந்தி கேட்டுக் கொண்டார்.

முழு நீள வேலை நிறுத்தம் என்பது சாதாரண விஷயமல்ல. தீவிர பிரசாரம் இருந்தால் மட்டுமே இது சாத்தியம். எதற்காக இந்த வேலை நிறுத்தம், இதனால் ஏற்படும் பலன்கள் என்ன என்பனவற்றை எல்லோருக்கும் புரியும்படி எடுத்துச் சொல்லவேண்டும். விரிவாகச் சுற்றுப்பயணம் மேற் கொண்டு அடிமட்டத்திலிருந்து மேல்மட்டம் வரை அனைவரையும் ஒரே குடையின் கீழ் கொண்டு வரவேண்டும். இத்தனை விஷயங்களையும் நிர்வகிப்பது சாமானியமான விஷயம் அல்ல.

காந்தியின் வார்த்தை ஒவ்வொன்றையும் வேத வாக்காக ஏற்றுச் செயல் படுபவர் தாஸ். கல்கத்தா இவருடைய ஆளுமைக்கு உட்பட்ட நகரம். அதனால் இந்தப் போராட்டத்தில் கல்கத்தா முழு வெற்றி பெறவேண்டும் என்ற வெறி அவரிடம் இருந்தது. அடுத்து என்னென்ன செய்வது என்று மனத்துக்குள் ஒரு பட்டியல் தயாரித்துக் கொண்டிருந்த அதே சமயம், திடீரென்று ஒரு யோசனை தோன்றியது. பேசாமல் இந்தப் பொறுப்பை போஸிடம் ஒப்படைத்தால் என்ன?

போஸின் திறமை மீது முன்னரே அவருக்கு நம்பிக்கை ஏற்பட்டிருந்தது. தேசியக் கல்லூரியில் போஸ் காட்டிய தீவிரத்தையும், மாணவர்கள் மத்தியில் அவர் பெற்றிருந்த செல்வாக்கையும் நன்கு அறிவார்.

போஸை அழைத்துப் பேசினார் தாஸ்.

'சுபாஷ், இது உனது முதல் முக்கியப் பணி. இதை மட்டும் நீ செய்து முடித்துவிட்டால் ஒட்டுமொத்த கல்கத்தாவும் நீ சொல்வதைக் கேட்கும்.'

ஐ.சி.எஸ். தேர்வில் வெற்றி பெற்றதற்கு எவ்வளவு சந்தோஷப்பட்டாரோ அதைவிட அதிகமான சந்தோஷத்துடன் அந்தப் பொறுப்பை ஏற்றுக் கொண்டார் போஸ். இளவரசரின் மானத்தைக் கப்பல் ஏற்றிவிட்டுத்தான் மறுவேலை என்று கங்கணம் கட்டிக்கொண்டார்.

1921 நவம்பர் 17-ம் நாள். வேல்ஸ் இளவரசர் பம்பாய் துறைமுகத்தை அடைந்தார். சுற்றிலும் தனது கண்களைச் சுழலவிட்ட இளவரசருக்கு ஆச்சரியமாக இருந்தது. எப்போதும் சுறுசுறுப்புடன் காட்சியளிக்கும் பம்பாய் ஏன் இப்போது வெறிச்சோடிக் காணப்படுகிறது? பேந்தப் பேந்த விழித்தபடி நடையைக் கட்டினார் இளவரசர்.

அடுத்து கல்கத்தா. பம்பாயே பரவாயில்லை என்று சொல்லும்படி இருந்தது அந்த நகரம். சாலைகள் வெறிச்சோடியிருந்தன. கை வண்டி, மோட்டார்

வண்டி, ட்ராம் எதுவுமே இல்லை. சிறிய, பெரிய கடைகள் அனைத்தும் மூடியிருந்தன. அத்தனைத் தெருக்களும் துக்கம் அனுஷ்டிப்பதைப் போல அமைதியுடன் இருந்தன.

லார்ட் ரீடிங் தவியாகத் தவித்துக் கொண்டிருந்தார். எரியும் அடுப்பில் ஏறி அமர்ந்தது போல் இருந்தது அவருக்கு. இளவரசரை அசத்த வேண்டும் என்று பிரியப்பட்ட அவருக்குப் பெரும் அதிர்ச்சி. இத்தனை களேபரத்துக்கும் பின்னால் இருப்பது யார் என்பதைக் கண்டறிய அவருக்கு நீண்ட காலம் பிடிக்கவில்லை.

சித்தரஞ்சன் தாஸை அவர்களுக்கு நன்றாகத் தெரியும். அவருக்குச் சில கலகக்காரர்களிடம் சிநேகம் இருப்பதும் தெரியும். போஸ் அவரிடம் வந்து சேர்ந்த நாள் முதலாக அவரையும் அவர்கள் கவனித்துக்கொண்டுதான் இருந்தனர். புதியவர்தான், இளைஞர்தான். இருந்தாலும் போஸ் ஒரு தீவிரமான நபர் என்கிற அளவில் அவரை ஒரு சந்தேக வட்டத்துக்குள் அடக்கி வைத்திருந்ததும் நிஜம். ஆனால் கல்கத்தா நகரையே ஸ்தம்பிக்க வைக்கும் ஆற்றல் அவரிடம் உண்டு என்பதை ஒருவராலும் ஏற்றுக்கொள்ள முடியவில்லை. போஸைக் குறைத்து மதிப்பிட்டது தவறாகிவிட்டது என்று வருந்தினார் ரீடிங்.

●

பிற பகுதிகளைக் காட்டிலும் கல்கத்தாவில் வேலைநிறுத்தம் முழுமையாக வெற்றி பெற்றதைக் கண்டு மனம் குளிர்ந்துபோனார் தேசபந்து. ஒரு சிறந்த போராட்ட வீரன் என்றுதான் போஸை அவர் முன்னர் எடைபோட்டிருந்தார். ஆனால் கல்கத்தா சம்பவத்துக்குப் பிறகு தன் முடிவை மகிழ்ச்சியுடன் மாற்றிக்கொண்டார் அவர். போஸ் ஒரு போர் வீரன் மட்டுமல்ல. போர் வீரர்களை நடத்திச் செல்லும் அபார ஆற்றல் கொண்ட ஒரு தலைமை சக்தி.

போஸைக் கட்டியணைத்து நெகிழ்ந்துபோனார் தாஸ்.

இனியும் போஸை விட்டு வைப்பது அறிவீனம் என்பதை உணர்ந்து கொண்டது சர்க்கார். போஸ் பற்றிய ஒரு தெளிவான குற்றச்சாட்டை முன்வைக்கக் கேட்டுக்கொண்டது. உளவாளிகள் போல் சில ஆள்கள் போஸைப் பின்தொடர்ந்தனர்.

'இவர் ஒரு முக்கிய காங்கிரஸ் பிரமுகர்' என்றது ஒரு குழு. 'இவர் ஒரு முக்கியத் தீவிரவாதி, ஆபத்தானவர்' என்றது மற்றொரு குழு. அதெப்படி ஒரே நபரைப் பற்றி இருவேறு அறிக்கைகள் வரமுடியும்? மீண்டும் நபர்களை அனுப்பி போஸைத் தீவிரமாகக் கண்காணிக்கச் சொன்னார்கள். முன்னால் சொன்ன அதே கருத்துகளை இரண்டு குழுக்களும் சமர்ப்பித்தன.

'தாஸோடு நெருக்கமாக இருக்கிறார். அவருடைய வலது கரம் போலச் செயலாற்றுகிறார். தாஸுக்கும் காந்திக்கும் மிக நெருக்கம். காந்தி ஆபத்தற்றவர். எனவே போஸும் ஆபத்தற்றவர்.' இது முதல் குழுவின் கண்டுபிடிப்பு.

‘காந்தியோடு போஸ் நெருக்கமாக இல்லை. பல விஷயங்களில் முரண் படுகிறார். சில பல தீவிரவாத அமைப்புகளுடன் நெருக்கமாகப் பழகுகிறார். முளையிலேயே கிள்ளாவிட்டால் ஆபத்து.’ இது இரண்டாம் குழுவின் கண்டுபிடிப்பு.

இரண்டாம் குழுவின் கண்டுபிடிப்பு ஏற்றுக்கொள்ளப்பட்டது.

போஸ் கைது செய்யப்பட்டார். அவருக்கு ஆறு மாதக் கடுங்காவல் தண்டனை அளிக்கப்பட்டது. விவரம் கேள்விப்பட்ட போஸ் உணர்ச்சிவசப் பட்டுச் சொன்ன வார்த்தைகள் இவை. ‘என்னது? ஆறு மாத தண்டனையா? இது அநியாயம் இல்லையா? இத்தனைக் குறைந்த தண்டனையைப் பெற நான் என்ன ஆடு, கோழியையா திருடினேன்?’

விரைவில், தேசபந்துவும் கைதானார்.

சிறைக்குச் செல்லுமுன் அவர் ஓர் அறிக்கையை மக்களுக்காக மக்கள் முன்வைத்தார்.

‘எனது கையில் ஏறியிருக்கும் விலங்கின் பாரமும், உடலை இறுகப் பிணைத்திருக்கும் இரும்புச் சங்கிலியின் கனமும் என்னைப் படுத்துகின்றன. அடிமைத்தனத்தின் கொடூரமே இவை. இந்தியாவே பெரும் சிறைக் கோட்டமாக மாறியிருக்கிறது. நான் சிறை சென்றாலும், காங்கிரஸின் வேலை நடந்து கொண்டே வரவேண்டும். நான் வெளியே இருப்பதோ, உள்ளே இருப்பதோ காங்கிரஸின் வேலையைப் பாதிக்கக் கூடாது. நான் செத்தாலும், உயிரோடு திரும்பினாலும் நீங்கள் கடமையை மட்டும் மறக்கக் கூடாது’

தேபந்து, போஸ் போன்ற தலைவர்கள் கைதானதைக் கேள்விப்பட்ட மக்கள் கொதிப்படைந்தனர். தனக்குக் கிடைத்த முதல் சிறைத்தண்டனையை எண்ணி எண்ணிப் பூரித்துப்போனார் போஸ்.

காந்தியின் ஒத்துழையாமை இயக்கம் வலுப்பெற்று வந்த அதே சமயம் உத்தரபிரதேசத்தில் வன்முறை வெடித்தது.

கோரக்பூருக்கு அருகிலுள்ள செளரி செளரா மக்கள் வழக்கம்போல் தெருவில் இறங்கி அமைதியான வழியில் கோஷங்களை எழுப்பிக்கொண்டு சென்றனர். அப்போது திடீரென்று வந்த காவல் படை அவர்கள் மீது தடியடி நடத்தியது. பொறுத்துப் பொறுத்துப் பார்த்த மக்கள் ஒரு கட்டத்தில் பொறுக்க முடியாமல் சிதறி ஓடினர்.

அப்படிச் சிதறி ஓடியவர்களில் ஒரு குழுவினர் நேராகக் காவல் நிலையங் களுக்குச் சென்று தீ வைத்தனர். உணர்ச்சி மேலீட்டால், காந்தி வரைந்தளித்த எல்லையை அவர்கள் தாண்டினார்கள்.

இதைச் சற்றும் எதிர்பார்க்கவில்லை காந்தி. போராட்டத்தின் எந்தக் கட்டத்திலும் வன்முறையைக் கையில் எடுக்கக் கூடாது என்பது காந்தியின் நிலைப்பாடு. அமைதியான வழியில், ஆனால் அழுத்தத்துடன் எதிர்ப்பைத்

தெரிவிப்பதே சிறந்த வழி என்பதால்தான் ஒத்துழையாமை இயக்கத்தை அவர் தொடங்கி வைத்திருந்தார். ஒத்துழையாமை மட்டுமே இந்தியாவை விடுவிக்கும் என்று அவர் வலியுறுத்தியும் இருந்தார்.

சௌரிசௌரா சம்பவம் அவரைத் தளரச்செய்தது. உடனே ஓர் அறிவிப்பை வெளியிட்டார்.

'இனியும் ஒத்துழையாமை இயக்கத்தை நடத்துவதில் எந்தப் பயனுமில்லை. இந்த இயக்கத்தை நான் இப்போதே நிறுத்தி வைக்கிறேன்.'

இந்த அறிவிப்பால் காந்தி பல விமர்சனங்களைச் சந்திக்க வேண்டியிருந்தது. பிரிட்டன் ஆக்கிரமிப்பை எதிர்ப்பதற்கு ஒத்துழையாமைதான் ஒரே வழி என்று மக்களைப் புதிய வழியில் வழிநடத்திச் சென்றது அவர்தான். இப்போது அவரே இதில் இருந்து பின்வாங்கினால் பிறகு போராட்டம் என்ன ஆகும்? உணர்ச்சி மிகுதியால் யாரோ சிலர் செய்த குற்றத்துக்காக ஒத்துழையாமை இயக்கத்தைத் திரும்பப் பெறுவது சரியானதல்ல என்று பலர் எதிர்ப்பு தெரிவித்தனர்.

•

சித்தரஞ்சன் தாஸ் விடுதலை செய்யப்பட்டார். வெளியில் வந்ததும் வராததுமாக ஒரு புதிய திட்டத்தைத் தீட்டினார் அவர்.

திட்டம் இதுதான். பிரிட்டிஷ் அதிகார அமைப்பில் சட்டசபைதான் பிரதானமான அங்கம். எனவே சட்டசபையை உடனடியாகக் கைப்பற்றியாக வேண்டும். சர்க்காரை எதிர்க்க இதை விடச் சிறந்த வழிமுறை வேறு இருப்பதாகத் தெரியவில்லை.

எதிர்பார்த்தபடியே, காங்கிரஸ் இதற்கு ஒப்புதல் அளிக்கவில்லை.

'யோசிக்காமல் அவசரப்படுகிறீர்கள், அதிரடியாக இப்படியெல்லாம் திட்டமிடக் கூடாது' என்றது காங்கிரஸ்.

'சட்டசபைகளைக் கைப்பற்றுவது அத்தியாவசியமானது, அவ்வாறு செய்யாவிட்டால் சுயராஜ்ஜியம் அமையாது' என்றார் தாஸ்.

'சட்டசபைக்குள் நாம் நுழைந்துவிட்டால் பிறகு பிரிட்டிஷ் அரசை எதிர்க்க முடியாமல் போய்விடும்' என்றது காங்கிரஸ்.

இந்தியாவின் சுயராஜ்ஜியத்துக்காகப் போராடுவதுதான் காங்கிரஸின் நோக்கம். சித்தரஞ்சன் தாஸின் நோக்கமும் அதுவேதான். ஆனால் போராட்டத்துக்கான வழிமுறை எது என்பதில்தான் பிரச்னை. காந்தியின் வார்த்தைகளை வேத வாக்காக ஏற்றுச் செயல்பட்டு வந்தது காங்கிரஸ். 'ஒத்துழையாமை இயக்கத்தைத் தொடங்குங்கள்!' என்று காந்தி சொன்னால் தொடங்கினார்கள். 'ஒத்துழையாமை இயக்கத்தை நிறுத்திக்கொள்கிறேன்!' என்று அவர் சொன்னால் இவர்களும் போராட்டத்தை நிறுத்திக்கொண்டார்கள். காந்தி எடுக்கும் முடிவுகள் அத்தனையும் காங்கிரஸ் எடுக்கும் முடிவுகள்தாம்.

வாக்குவாதம் முற்றி காந்தி கோஷ்டிக்கும் தாஸ் கோஷ்டிக்கும் இடையே இடைவெளி விழுந்தது. ஒரு கட்டத்தில், இனியும் காங்கிரஸோடு ஒத்துப்போவது இயலாத காரியம் என்று தாஸுக்குத் தெரிந்து போனது.

சுயராஜ்ஜியக் கட்சி என்னும் பெயரில் ஒரு புதிய அமைப்பைத் தொடங்கினார் தாஸ். பிரசாரத்தையும் சுடச்சுட முடுக்கிவிட்டார். ஃபார்வர்ட் (Forward) எனும் ஆங்கில தினசரிப் பத்திரிகையைத் தொடங்கினார். இதற்கு ஆசிரியராக யாரைப் போடலாம் என்று ஒரு விநாடி கூட யோசிக்கவில்லை தாஸ்.

•

புதிய பதவி. புதிய பொறுப்புகள். போஸ் ஆகாயத்தில் மிதந்துகொண்டிருந்தார். லண்டனிலிலேயே ஐ.சி.எஸ். அதிகாரியாகப் பொறுப்பேற்றுகொண்டிருந்தால் என்ன ஆகியிருக்கும்? கைநிறைய சம்பளம் கிடைத்திருக்கும். எல்லாரும் ஆச்சரியத்துடன் அண்ணாந்து பார்ப்பார்கள். மரியாதை கிடைக்கும், மதிப்பு கூடும். ஆனால் அடாவடி சர்க்காருக்கு, தானே கைகட்டிப் பணிவிடை செய்யவேண்டியிருக்கும்?

சுயராஜ்ஜியப் போராட்டத்தில் தன்னைப் பிணைத்துக் கொண்டது தன் வாழ்நாளில் எடுத்த மிகச் சிறந்த முடிவு என்று ஆனந்தத்துடன் தனக்குத் தானே சொல்லிக்கொண்டார் போஸ்.

மத்திய சட்டசபை மற்றும் மாகாண அசெம்ப்ளிக்கான தேர்தல் நெருங்கிக் கொண்டிருந்தது. தினசரி பத்திரிகை தயாரிப்பில் தனது முழு கவனத்தையும் செலுத்தினார். சுயராஜ்ஜியக் கட்சி தொடங்கப்பட்டது ஏன், அதன் நோக்கம் என்ன, காங்கிரஸுக்கும் சுயராஜ்ஜியக் கட்சிக்கும் என்ன வேறுபாடு? இரண்டு கட்சிகளுக்கும் இடையே ஏதாவது பிரச்னையா? சுயராஜ்ஜியக் கட்சி வெற்றி பெற்றால் அவர்கள் மக்களுக்காக என்ன செய்வார்கள்? அத்தனைக் கேள்விகளுக்கும் ஃபார்வர்ட் பத்திரிகையில் விடைகள் இருந்தன.

எதிர்பார்த்தபடியே, தேர்தலில் சுயராஜ்ஜியக் கட்சி வெற்றி பெற்றது. கல்கத்தா கார்ப்பரேஷன் தேர்தலிலும் சித்தரஞ்சன் தாஸே வெற்றி பெற்றார். போஸின் முழுமையான ஒத்துழைப்பு மட்டும் இல்லாமல் போயிருந்தால் இந்த வெற்றி சாத்தியமில்லை என்பது தாஸுக்குத் தெரியும். போஸைத் தக்க முறையில் கௌரவப்படுத்த விரும்பினார் அவர்.

•

கல்கத்தா கார்ப்பரேஷனின் மேயராக போஸ் நியமிக்கப்பட்டபோது சுயராஜ்ஜியக் கட்சிக்குள் பலத்த எதிர்ப்புகளும் சர்ச்சைகளும் தோன்றின.

ஒவ்வொருவரும் ஒவ்வொரு விதமாகப் பேசிக்கொண்டனர்.

‘முதலில் கல்லூரித் தலைவர், பிறகு பத்திரிகை ஆசிரியர். இப்போது இந்தப் பதவியா? முந்தாநாள் வந்து சேர்ந்த ஒரு நபரை ஏன் இந்த அளவுக்கு தாஸ் நம்பவேண்டும்?’

'என்னதான் ஐ.சி.எஸ் படித்திருந்தாலும், இத்தனைப் பெரிய பொறுப்பை அவருக்கு வழங்கியதில் துளி நியாயமும் இல்லை.'

'படித்திருந்தால் போதாது ஐயா. அனுபவம் என்று ஒன்று இருக்கிறது. எடுத்தோம் கவிழ்த்தோம் என்று செய்கிற ஜோலி கிடையாது. இவர் என்னதான் செய்யப்போகிறார் என்று பார்ப்போமே.'

தான் எடுத்த முடிவில் தாஸ் தெளிவாகவே இருந்தார். எந்தவொரு சச்சரவையும் அவர் காதில் போட்டுக்கொள்ளவில்லை. இந்தப் பதவிக்கு, போஸைவிடச் சிறந்த நபர் கிடைக்க வாய்ப்பேயில்லை என்று அவருக்குத் தெரிந்திருந்தது.

27 வயதே ஆன போஸ் அத்தனைத் தடைகளையும் தாண்டி மேயர் பொறுப்பை ஏற்றுக்கொண்டார். பதவி கைக்கு வந்ததும் போஸ் மேற் கொண்ட முதல் நடவடிக்கை அவரது எதிர்ப்பாளர்களின் வாயை அடைத்தது. தனக்குச் சம்பளமாகத் தரப்பட்ட 3000 ரூபாயை 1500 ரூபாயாகக் குறைக்கச் சொல்லி போஸ் உத்தரவிட்டார்.

போஸுக்கு இது முதல் முக்கியப் பதவி. 'இதோ இந்தியா! உன் விருப்பப்படி என்ன வேண்டுமானாலும் செய்து கொள்!' என்று அவரது உள்ளங்கையைப் பிரித்து அதில் ஒரு தேசத்தை வைத்து அழுத்தி மூடியதைப் போல் அவர் சிலிர்த்துக் கொண்டார். ஒரு குழந்தையைப் போல உள்ளங்கையை விரித்து விரித்துப் பார்த்துப் பூரித்துபோனார். அடிமனதில் தேங்கிக் கிடந்த அத்தனை ஆசைகளையும் நிறைவேற்றிடத் துடித்தார். கல்வி, சுகாதாரம் எதுவொன்றையும் விட்டுவைக்கக் கூடாது என்று வரிந்து கட்டிக்கொண்டார்.

கார்ப்பரேஷன் பணியாளர்களை ஒன்று கூட்டினார்.

'அந்நிய சர்க்காரை விரட்டியடிக்கவேண்டும் என்பதில் நீங்கள் அனைவரும் உறுதியாக இருக்கிறீர்கள் அல்லவா?'

'ஆமாம் இருக்கிறோம்' என்றது கூட்டம்.

'ஒரே நாளில் இது நிகழ்ந்துவிடாது. கிடைக்கும் வாய்ப்புகளை அவ்வப் போது நாம் பயன்படுத்திக்கொள்ள வேண்டும். அதன் முதல் கட்டமாக நான் ஒரு சிறிய மாற்றத்தை ஏற்படுத்த விரும்புகிறேன். நீங்கள் அனைவரும் சம்மதிப்பீர்களா?'

கூட்டம் குழப்பத்துடன் அவரைப் பார்த்தது.

'நாம் முதலில் மனத்தளவில் இந்தியக் குடிமகன்களாக மாறவேண்டியது அவசியம். நம் வாழ்வில் நச்சு போல் கலந்துள்ள ஆங்கிலேயப் பழக்க வழக்கங்களை நாம் உடனடியாகக் கத்தரித்துக் கொள்ள வேண்டும்.'

'உண்மைதான்.'

'நாளை முதல் உங்கள் அனைவரது சீருடைகளும் மாறப்போகிறது. இனி யாரும் சர்க்கார் உடுப்புகளை அணிய வேண்டாம். இன்றே உங்கள்

அனைவருக்கும் கதர் ஆடைகள் அளிக்க உத்தரவிட்டுள்ளேன். நீங்கள் ஒத்துழைப்பீர்கள் என்று நம்புகிறேன்.'

ஆச்சரியப்படத்தக்க வகையில் ஒட்டுமொத்த கார்ப்பரேஷன் பணியாளர்களும் கதர் ஆடை அணிய ஆரம்பித்தனர். உயர் அதிகாரிகள் முதல் அடிமட்டப் பணியாளர்கள் வரை அத்தனை பேரும் கச்சிதமாகக் கதர் அணிந்து அலுவலகம் வந்தனர்.

அடுத்த அடியை எடுத்து வைத்தார் போஸ். புதிதாகக் கட்டப்படும் கட்டடங்களுக்குத் தேசியப் பெயர்களைச் சூட்டி மகிழ்ந்தார். வெள்ளைக்கார துரைமார்களின் பெயர்களை அழித்து ஒழித்தார். துரைமார்கள் இதுவரை அளித்து வந்த பாராட்டுப் பத்தரங்களையும் நன்மதிப்புச் சான்றிதழ்களையும் உடனடியாக நிறுத்தினார்.

ஆசைப்பட்ட அத்தனை மாற்றங்களையும் உடனுக்குடன் ஏற்படுத்தத் துடித்தார் போஸ்.

'சின்னப்பயல் இன்னும் எத்தனை காலத்துக்கு இதையெல்லாம் செய்வானோ!' என்று ஏளனமாகப் பார்த்த அனைவரும் அதிசயத்துடன் வாய் பிளந்து நின்றனர். மேயர் பதவி வந்தால் இத்தனை நல்ல மாற்றங்களை ஏற்படுத்த முடியும் என்று கல்கத்தாவாசிகள் முதல் முறையாகப் புரிந்து கொண்டது அன்றுதான். போஸுக்கு முன்னால் பதவி வகித்த அத்தனை பேரும் சர்க்கார் கூறியதை மட்டுமே செய்தனர். சர்க்காரைக் குஷிப்படுத்த வேண்டும் என்பதில்தான் அவர்கள் குறியாக இருந்தனர்.

போஸின் தடாலடி நடவடிக்கைகளைக் கண்டு கலவரமடைந்தது சர்க்கார். இவரை இப்படியே விட்டுவைத்தால் இன்னமும் என்னவெல்லாம் செய்வார் என்று நினைத்துப் பார்க்கவே அவர்களுக்கு அச்சமாக இருந்தது.

1924 அக்டோபர் 25-ம் தேதி போஸ் வீட்டுக் கதவை கல்கத்தா போலீஸ் கமிஷனர் தட்டினார். அது அதிகாலை நேரம். போஸ் இன்னமும் படுக்கையைவிட்டு எழுந்திருக்கவேயில்லை.

'என்ன விஷயம்? இத்தனை அதிகாலையில் வந்திருக்கிறீர்களே?'

கமிஷனர் மெல்லிய குரலில் சொன்னார்.

'உங்களைக் கைது செய்யப்போகிறோம்!'

போஸுக்கு ஒன்றுமே புரியவில்லை.

'எதற்காக இந்தக் கைது என்று தெரிந்து கொள்ளலாமா?'

'இதோ இதைப் பாருங்கள்!'

தன்னிடம் இருந்த வாரண்டை போஸிடம் காட்டினார்.

'ரெகுலேஷன் III-1818, பெங்கால் கிரிமினல் சட்டத்தின்படி இன்னாரைக் கைது செய்ய உத்தரவிடுகிறோம்' என்றது அந்த வாரண்ட். புரியாத புதுச் சட்டமாக இருந்தது.

தன் மீது சுமத்தப்பட்ட குற்றச்சாட்டுகள் என்னென்ன என்பது பின்னர்தான் அவருக்குத் தெரியவந்தது.

1. ரகசியமாக ஆயுதங்களைத் தருவிக்கிறார்.
2. வெடிமருந்துகளைத் தயாரிக்கிறார்.
3. போலீஸ் அதிகாரிகளைக் கொல்லத் திட்டம் தீட்டி வருகிறார்.
4. சட்டவிரோதச் செயல்களில் ஈடுபடுவதற்காகத் தனி அடியாள்படை வைத்திருக்கிறார்.

அப்போதுதான் போஸுக்கு அந்த சூட்சுமம் புரிந்தது. இரவோடு இரவாக வைசிராய் ஓர் அவசரச் சட்டத்தைப் பிறப்பித்திருந்தார். அதாவது, யாரை வேண்டுமானாலும் எப்போது வேண்டுமானாலும் கைது செய்யலாம். விசாரணை தேவையில்லை. காரணம் தேவையில்லை. சட்டத்தை பிரயோகித்துப் பார்க்க தன்மீதுதான் முதல் வாய்ப்புக் கிடைத்திருக்கிறது என்று உணர்ந்து கொண்டார் போஸ்.

வங்காள போலீஸ் எந்த அழகில் செயல்படுகிறது என்று போஸுக்குத் தெரியும். உளவாளிகள், சித்ரவதைக் கூடங்கள் என்று தாதா போலவே அவர்கள் செயல்பட்டனர். பிரிட்டிஷ் சர்க்காருக்கு எதிராக ஒரு சிறு குரல் எழுந்தாலும் ஆளையே முடித்துவிடத் தயாராக இருந்தனர். 'இதோ இவன்தான்!' என்று காட்டிக்கொடுக்க உளவாளிகள். 'இதோ முடித்து விட்டேன்!' என்று சொன்னதைப் பிசகில்லாமல் செய்ய அடியாள் கூட்டம்.

கைதுப் படலம் தொடர்ந்தது.

வங்க சர்க்கார் கொத்துக் கொத்தாகப் பல இளைஞர்களைக் கைது செய்து போஸ் ஆதரவாளர்கள் என்று அவர்களுக்குப் பெயர் வைக்கப்பட்டது. அல்லது சர்க்கார் எதிர்ப்பாளர்கள் என்றும் வைத்து கொள்ளலாம். சட்டசபை உறுப்பினர்களைக் கூட சர்க்கார் விட்டு வைக்கவில்லை.

ஒரு விஷயம் தெளிவாகத் தெரிந்தது போஸுக்கு. தன்னைக் கண்டு சர்க்கார் பயப்படுகிறது. சிரித்துக் கொண்டார் போஸ்.

போஸ் கைது செய்யப்பட்டதைக் கண்டு அதிர்ச்சியடைந்த சித்திரஞ்சன் தாஸ், தன்னையும் சர்க்கார் கைது செய்யவேண்டும் என்று கேட்டுக் கொண்டார். கார்ப்பரேஷன் கூட்டத்தில் உணர்ச்சி பொங்கப் பேசினார்.

'தேசபக்தி ஒரு குற்றம் என்றால் நானும் ஒரு குற்றவாளிதான். நானும் இதே குற்றத்தைத்தான் செய்திருக்கிறேன். என்னையும் கைது செய்யுங்கள்.'

●

போஸின் திடீர் கைதால் கல்கத்தா கொதிக்கத்தொடங்கியது.

அவசர அவசரமாக போஸைக் கல்கத்தாவிலிருந்து மாண்டலே சிறைக்குக் கொண்டு சென்றார்கள். இந்த முறை சிறை அவரைப் படுத்தி

எடுத்துவிட்டது. கடுமையான இருமல். விட்டு விட்டுக் காய்ச்சல். மளமள வென்று எடை குறைந்துவிட்டது. படுத்த படுக்கையாக ஆகிவிட்டார். உயிர் ஒட்டிக்கொண்டிருந்தது. ஆனால் அதை உணரக்கூட முடியவில்லை. (இதே சிறையில்தான் முன்னர் பால கங்காதர திலகர் ஆறு ஆண்டுகால சிறை வாசத்தை அனுபவித்தார்).

போஸின் உடல்நிலை பற்றிய விவரம் சிறிது சிறிதாக வெளியே கசியத் தொடங்கியது. போராட்டம் வலுத்தது.

உடல்ரீதியாக முற்றிலும் கலங்கிப்போயிருந்த போஸுக்கு மேலும் ஓர் அடி விழுந்தது.

1925-ல் சித்திரஞ்சன் தாஸ் காலமானார்.

கால்களுக்குக் கீழேயிருந்த பூமி திடீரென்று நழுவியதைப் போல் இருந்தது போஸுக்கு. அப்படியே இடிந்துபோய் உட்கார்ந்து விட்டார். வாழ்க்கையே முடிந்து போனது போல் இருந்தது. தனது பெற்றோர்களைவிட, காந்தியை விட, போஸ் அதிகம் நேசித்தது சித்தரஞ்சன் தாஸைத்தான். அவர் இனி இல்லை என்ற நினைப்பு போஸை உலுக்கியது.

போஸ் தனக்குள் முணுமுணுத்துக் கொண்டார். 'என்னுடைய அரசியல் வாழ்க்கை இத்தோடு நிறைவடைந்துவிட்டது.'

1926-ல் வங்க சட்டசபைத் தேர்தலில் போஸின் பெயர் முன்னிறுத்தப் பட்டது. சிறையில் இருந்தபடியே வெற்றியும் பெற்றார். அப்போதும்கூட அவரை விடுவிக்க மறுத்துவிட்டது சர்க்கார்.

போஸை உடனடியாக விடுவிக்கவேண்டும் என்னும் முழக்கத்துடன் மக்கள் வீதியில் இறங்கினார்கள். கலவரங்கள் வெடித்தன. அப்போதைய கவர்னர் லிட்டன் வெலவெலத்துப்போனார். மாண்டலே சிறையிலிருந்து போஸை ரங்கூனுக்குக் கொண்டு சென்றனர். ஓர் உறுதிமொழியையும் வெளியிட்டனர்.

'போஸை இப்போதைக்கு விடுவிக்க முடியாது. ஆனால் அவரது மோசமான உடல்நிலையைக் கருத்தில் கொண்டு தகுந்த மருத்துவ வசதிகள் செய்துதரப்படும்.'

இப்படிச் சொன்னார்களே தவிர யாரும் சிறுதுரும்பையும் அசைக்கவில்லை.

கல்கத்தாவாசிகள் கொடி பிடித்தபடி நடுத்தெருவில் இறங்கினர்.

'போஸை உடனடியாக விடுவிக்கவேண்டும். அல்லது குறைந்தபட்சம் அவரை ஐரோப்பாவுக்கு அனுப்பி வைத்து முற்றிலும் குணமடையும்வரை சிகிச்சை அளிக்கவேண்டும்.'

சர்க்கார் யோசித்தது. ஐரோப்பாவுக்கு அனுப்பி அவருக்கு மருத்துவம் பார்ப்பது என்பது இயலாத காரியம். எக்கச்சக்கச் செலவு பிடிக்கும். வைத்தியம் பார்க்காமல் சிறையிலேயே வைத்திருப்பதும் ஆபத்துதான்.

இருக்கிற உடல்நிலைக்கு எது வேண்டுமானாலும் நடக்கலாம். சிறைக்குள் ஏதாவது ஆகித் தொலைத்தால் பிறகு இத்தனைப் பெரிய கூட்டத்துக்குப் பதில் சொல்ல வேண்டியிருக்கும். அதற்காக அவரை அப்படியே விட்டு விடவும் முடியாது.

ஒரு முடிவுக்கு வந்தனர். போஸை விடுவிக்க இரண்டு நிபந்தனைகளை விதித்தனர். இந்த இரண்டில் ஏதாவது ஒன்றை போஸ் தேர்வு செய்துகொள்ளலாம்.

1. தான் செய்தது தவறு என்று போஸ் ஒப்புக்கொள்ள வேண்டும்.
2. இந்தியாவைவிட்டு வெளியேறிவிட வேண்டும்.

சகோதரர் சரத் சந்திராவுக்கு ஒரு கடிதம் எழுதினார் போஸ்.

'ஆண்டவன் என்னை எப்படிச் சோதிக்கவேண்டும் என்று நினைக்கிறானோ, அப்படியே சோதிக்கட்டும். அதை ஏற்றுக்கொள்ள நான் தயாராகவே இருக்கிறேன். நமது பாரத சமுதாயம் முன்பு செய்த பாவங்களுக்கு நான் இப்போது பிராயச்சித்தம் செய்வதாக நினைக்கிறேன். இதில் எனக்குத் துளிக்கூட துக்கமில்லை. மாறாக, மகிழ்ச்சியே அடைகிறேன்...எந்த லட்சியத்துக்காக நான் அவதிப்படுகிறேனோ, அந்த லட்சியம் மட்டும் சாகாது என்பது திண்ணம். மக்களும் அந்த லட்சியத்தை அடைந்தே திருவார்கள்.'

•

முதல் உலகப்போர் உலக வரைபடத்தை மாற்றியமைத்துக் கொண்டிருந்தது. ஐரோப்பா மாறிக்கொண்டிருந்தது. ரஷ்யாவில் லெனின் தலைமையிலான போல்ஷெவிக்குகள் ஜார் ஆட்சியைக் கவிழ்த்துவிட்டுச் செங்கொடியைப் பறக்கவிட்டனர். இத்தாலியில் முசோலினி. துருக்கி, சீனா, பெர்ஷியா, ஜெர்மனி என்று மாற்றங்கள் மலர்ந்தபடி இருந்தன.

போல்ஷிவிசம், ஃபாசிசம் இரண்டையும் நேரு ஆராய்ந்தார். குறிப்பாக ரஷ்யப் புரட்சி நேருவைக் கவர்ந்தது.

இந்தியாவில் இத்தகைய போராட்டம் சாத்தியமா?

நேரு இதற்கான விடையை அளித்தார். 'போல்ஷிவிசம், ஃபாசிசம் இரண்டுமே மேற்கில் புதிய வழியைக் காண்பித்திருக்கின்றன. இரண்டும் கிட்டத்தட்ட ஒரே மாதிரியான கொள்கைகளை உடையவை. வன்முறை, சகிப்பற்றத்தன்மை. இப்போது நம் முன்னே இரண்டு வழிகள் இருக்கின்றன. ஒன்று லெனின், முசோலினி காட்டும் வழி. மற்றொன்று காந்தி காட்டும் வழி. இந்தியாவின் ஆன்மாவுக்கு ஏற்ற வழி எது என்பதில் யாருக்கேனும் ஏதேனும் சந்தேகம் இருக்க முடியுமா?'

ஆனால் நேரு தனது கருத்தை மாற்றிக்கொள்ள வேண்டியிருந்தது. பிப்ரவரி 1927-ல் ஏகாதிபத்தியத்துக்கு எதிரான கருத்தரங்கம் ப்ரஸல்ஸில் நடைபெற்ற

போது நேரு அதில் கலந்துகொண்டார். அதே ஆண்டு நவம்பர் மாதம் சோவியத்துக்குச் செல்லும் வாய்ப்பு கிடைத்தது. மோதிலால் நேருவுடன் சோவியத் அரசின் விருந்தாளிகளாக அவர்கள் வரவேற்கப்பட்டனர்.

ரஷ்யாவைக் கண்டதும் நேருவின் கண்கள் விரிந்தன. இதுவரை காந்திக்கு அவர் அளித்து வந்த ஆதரவின் அழுத்தம் குறையத் தொடங்கியது. சோவியத் அவரை மாற்றியது. மெட்ராஸில் (அன்றைய சென்னை) டிசம்பர் மாதம் நடைபெற்ற காங்கிரஸ் மாநாட்டில் நேரு தனது மாற்றத்தை வெளிப்படுத்தினார். 'பரிபூரண சுயாட்சி மட்டுமே இந்தியாவுக்குத் தேவை!'

போஸ் மட்டும் உடல் நலம் சரியாக இருந்து இம்மாநாட்டில் கலந்து கொண்டிருந்தால் நேருவைப் பார்த்துப் புன்னகைத்திருப்பார்.

●

இதற்கிடையே பல வதந்திகள் பரவத் தொடங்கின. உண்மையில் போஸ் இறந்துவிட்டார். சர்க்கார் வேண்டுமென்றே இந்தச் செய்தியை மறைத்து வைத்திருக்கிறார்கள் என்று பலரும் பேசிக்கொண்டனர். மெல்ல மெல்ல பரபரப்பு தொற்றிக்கொண்டது. சர்க்கார் ஏதோ சதி செய்கிறது என்று பலர் நினைத்தனர்.

1927 மே 15-ம் தேதி கல்கத்தாவிலுள்ள அவுட்ராமுக்கு போஸ் கொண்டு வரப்பட்டார். செய்தி அறிந்து ஒட்டுமொத்த கல்கத்தாவும் திரண்டு விட்டது. பகல் சரியாக 11 மணிக்கு 'அரோண்டா' எனும் கப்பல் கல்கத்தா வந்து சேர்ந்தது. அனைவரும் ஆர்வத்துடன் பார்த்துக் கொண்டிருந்தனர். போஸின் சகோதரர் சரத் சந்திர போஸ் கப்பலுக்குள் நுழைந்தார். சில நிமிஷங்களுக்குப் பிறகு ஒரு டோலி வெளியே வந்தது. உள்ளே எலும்பும் தோலுமாக போஸ்.

போஸை மீண்டும் உயிருடன் பார்த்த மகிழ்ச்சி ஒருபுறம். இப்படி குற்றுயிரும் குலையுயிருமாக இருக்கிறாரே என்னும் துக்கம் ஒருபுறம். மறுநாள் போஸ் விடுதலை செய்யப்பட்டார்.

போஸின் விடுதலை குறித்து காந்தி யங் இந்தியாவில் மே 26-ம் தேதி ஒரு கட்டுரை எழுதினார்.

'சுபாஷ் சந்திர போஸை விடுதலை செய்த வங்க சர்க்காருக்கு என் பாராட்டு தலைத் தெரிவித்துக்கொள்ள விரும்புகிறேன். சுபாஷை விடுதலை செய்ய வேண்டுமென்று பொதுமக்கள் கிளர்ச்சி செய்ததால் சர்க்கார் அவரை விடுதலை செய்யவில்லை. கல்கத்தா கார்ப்பரேஷன் பிரதம அதிகாரியான இவர், குற்றமற்றவர் என்று அறிந்து, சர்க்கார் விடுதலை செய்தார்களோ என்றால் அதுவுமில்லை. அவருக்கோ பொதுமக்களுக்கோ, இன்னதென்று தெரியாத ஒரு குற்றத்தைச் செய்ததாக இவ்வளவு கால தண்டனை போதுமென்று நினைத்து இப்போது சர்க்கார் விடுதலை செய்ததா என்று கேட்கலாம். அதுவுமில்லை. பின் எதற்காக இந்த விடுதலை? புகழ்பெற்ற இந்தக் கைதியின் தேகநிலை படுமோசமாக இருப்பதாக சர்க்கார் டாக்டர்கள்

கருதினார்கள். உயிருக்கே ஆபத்து எனவும் அறிந்தார்கள். அதன் பேரிலேயே வங்க சர்க்கார் அவரை விடுதலை செய்திருக்கிறது.

சமூகத்துக்கு சுபாஷ் ஆபத்தானவர், அல்லது ஒரு குறிப்பிட்ட ஆளைக் கொல்ல எண்ணுபவர், அல்லது அனைவரும் அவரைப் பற்றி கூறுவது போல, உறுதிவாய்ந்த நெஞ்சுடையவர் என்றிருந்தால், இப்பொழுது மட்டும், அவர் நோயாக இருக்கிறாரென்பதால், இந்த ஆபத்துக்களெல்லாம் போய்விட்டனவா? சிறையில் அவர் செத்துவிடுவாரோ என்று சர்க்கார் எதற்குப் பயப்படவேண்டும்? இதேமாதிரி, மரண ஆபத்து ஏற்பட்டிருக்கும் எல்லாக் கைதிகளையும் விடுதலை செய்வது சர்க்காரின் வழக்கமல்ல என்பது அனைவருக்கும் தெரிந்ததுதான். அவரது உடல் நிலை கெட்டிருப்பதற்காக விடுதலை செய்வதாக இருந்தால், அது கெட ஆரம்பித்தபோதே, விடுதலை செய்திருக்கலாமே?

ஆகவே, வங்க சர்க்காரின் இப்போக்கைக் கோழைத்தனம் மிகுந்தது என்று சொல்ல நான் துணிவு கொள்ளுகிறேன். ஏனென்றால் மரண அவஸ்தையில் இருக்கும் ஒருவரை, அவரது உற்றார் மத்தியில் கடைசியாகக் கொண்டு வந்து தள்ளிவிட்டு, தான் குற்றவாளி இல்லையென நடிக்கும் வங்க சர்க்காரின் செய்கை கோழைகளின் செய்கையை ஒத்தது.'

•

தாஸின் மரணத்துக்குப் பிறகு தலைமையை ஏற்று நடத்தத் தகுதியான நபர் தாஸின் மனைவி வசந்தி தேவிதான் என்று முடிவு செய்தார் போஸ். அவரிடம் சென்று பேசவும் செய்தார்.

'தாஸின் இடத்தை இட்டு நிரப்ப உங்களைவிடச் சிறந்த நபர் கிடைக்க முடியாது. தயவு செய்து நீங்கள் இதை மறுக்கக் கூடாது.'

வசந்தி தேவி மறுத்தார். 'நான் எதற்காக இத்தனைப் பெரிய சுமையை என் தோளில் சுமக்கவேண்டும்? மன்னிக்கவும், எனக்கும் அரசியலுக்கும் துளி சம்பந்தமும் கிடையாது.'

தொடர்ந்து வசந்தி தேவியை நச்சரித்துக்கொண்டே இருந்தார் போஸ். வசந்தி தேவியும் வழக்கம் போல் மறுத்துக் கொண்டு வந்தார்.

ஒரு முறை திடீரென்று போஸை அழைத்தார் வசந்தி தேவி.

'பேசாமல் நீங்களே தலைமைப் பொறுப்பை ஏற்றுக்கொள்ளுங்கள். உங்கள் மீது அவருக்கு மிகுந்த நம்பிக்கை இருந்ததை நான் அறிவேன். அவர் விரும்புவதும் இதுவாகத்தான் இருக்கும்.'

'உங்கள் மீது நான் மிகுந்த மதிப்பும் மரியாதையும் வைத்திருக்கிறேன். ஆனால் தயவுசெய்து என்னை இதில் இழுத்துவிடாதீர்கள்' என்றார் போஸ்.

'உங்களுக்கு உங்கள் மீதே நம்பிக்கை இல்லையா?'

'நான் பல்வேறு விஷயங்களை என் மூளையில் போட்டுக் குழப்பிக் கொண்டிருக்கிறேன்.'

'இதில் குழம்ப எதுவும் இல்லை. உடனடியாகத் தயார் ஆகுங்கள்.'

●

தாஸின் சிந்தனைகள் போஸுக்கு அத்துப்படி. அவருக்கு எது பிடிக்கும் எது பிடிக்காது, அவர் எதை ஆதரிப்பார், எதை எதிர்ப்பார் அத்தனையும் தெரியும். ஆனால் அதை அப்படியே போஸ் தொடர்ந்தார் என்று சொல்ல முடியாது. அவ்வப்போது வசந்தி தேவியிடம் அவர் ஆலோசனைகள் பெறுவது வழக்கம். ஆனால் இது நீண்ட நாள்களுக்குத் தொடரவில்லை. சிறிது சிறிதாக முழுப் பொறுப்புகளும் இவரிடம் வந்து சேர்ந்தன.

போஸைப் போலவே வங்காளத்தில் சென் குப்தாவும் ஒரு முக்கிய நபர். இருவரும் இணைந்து செயல்பட்டிருந்தால் இயக்கம் மேலும் வலுப் பெற்றிருக்கும். ஆனால் இருவருக்கும் ஒத்துப்போகவேயில்லை. தொட்ட தற்கெல்லாம் அபிப்பிராய பேதங்கள்.

இதனால், கட்சி இரண்டாகப் பிளவுபட்டு நின்றது.

மாகாண காங்கிரஸ் தேர்தலில் இதற்கான விலையை இருவருமே அளிக்க வேண்டியிருந்தது. இருவரும் சட்டசபைத் தேர்தலில் கலந்துகொண்டனர். ஒருவரை மற்றொருவர் மேடையில் தாக்கிக்கொண்டனர். சென்குப்தா 'அட்வான்ஸ்' எனும் பத்திரிகையைத் தொடங்கினார். போஸ் தன் பங்குக்கு 'ஃபார்வர்ட்' பத்திரிகை மூலம் எதிர் தாக்குதல் தொடுத்தார்.

விஷயம் காந்தியின் காதுக்குச் சென்றது. இப்படி ஒரே கட்சியில் செயல்படும் இருவர் தமக்குள்ளாக அடித்துக் கொண்டால் அதனால் பாதிக்கப்படுவது இருவரும்தான். முக்கியமாக, காங்கிரஸ் கட்சிக்கும் இது நல்லதல்ல என்று காந்தி எடுத்துக் கூறினார்.

முதலில் சுதாரித்துக் கொண்டது சென்குப்தாதான். தாஸின் மாணவர்களாகிய நாம் இருவரும் போட்டி போட்டுக்கொள்வது முறையல்ல என்று கூறித் தேர்தலில் இருந்து விலகிக்கொண்டார். ஆனால் போஸ் இந்தத் தேர்தலில் தோல்வியைத் தழுவினார். இவரை எதிர்த்துப் போட்டியிட்ட பி.கே. வாசு என்பவர் 47 வோட்டுகள் பெற்று வெற்றி பெற்றார். போஸைவிட 9 ஓட்டுகள் இவருக்குக் கூடுதலாகக் கிடைத்தன.

அதற்குள் வங்க மாகாணத் தேர்தல் வந்தது. போஸ் தலைவர் பதவிக்குப் போட்டியிட்டார். வெற்றியும் பெற்றார். அகில இந்திய காங்கிரஸில் போஸுக்குக் கிடைத்த முதல் பெரும் வெற்றி இது.

மர்மங்களின் பரமபிதா 45

5. மரியாதைக்குரிய தீவிரவாதி

'இந்தியாவுக்கு சுயாட்சி வழங்குவதா? விளையாடுகிறீர்களா? முதலில் சுயாட்சி என்றால், என்ன என்று அவர்களுக்குத் தெரியுமா? அவ்வளவு ஏன்? குறைந்தது ஒரு அரசியல் சட்டம் வடிவமைக்கவாவது தெரியுமா? அதற்கான அருகதை அவர்களுக்கு இருக்கிறதா? வழிவழியாக ஓர் அரசனின் கீழ் அடிமையாக இருந்தவர்கள்தானே?'

இப்படி ஒரு பொன்னான வாதத்தை முன் வைத்தவர் இந்திய மந்திரியாக இருந்த பர்க்கன்ஹெட். ஏற்கெனவே கொந்தளித்துக் கொண்டிருந்த மக்களுக்கு இந்த நையாண்டிப் பேச்சு மேலும் எரிச்சல் ஊட்டியது.

வெள்ளைக்கார மந்திரியின் சவாலை எதிர்கொள்ள வேண்டும் என்று காங்கிரஸ் துடித்தது. டிசம்பர் 1928-ம் ஆண்டு காந்தியின் தலைமையில் கல்கத்தாவில் காங்கிரஸ் கட்சி மாநாடு கூடியது.

மிகுந்த உற்சாகத்துடன் தயாரானார் போஸ். இரண்டு முக்கிய எதிர்பார்ப்பு களே அவரது உற்சாகத்துக்குக் காரணம். ஒன்று பிரிட்டிஷாருக்கு எதிராக மிகக் கடுமையான தீர்மானத்தை காங்கிரஸ் நிறைவேற்றுவதை நேரடியாகக் காணலாம். இரண்டாவது, காந்தி, மோதிலால் நேரு, ஜவாஹர்லால் நேரு உள்ளிட்ட முக்கிய தலைவர்களை நேருக்கு நேர் சந்தித்து உரையாடலாம்.

அனைத்து ஏற்பாடுகளையும் முன்னின்று நடத்தியது போஸ்தான். மக்களை ஒன்றுபடுத்தியதும் அவர்தான். மேடை அமைப்பது முதற்கொண்டு அத்தனை வேலைகளையும் பார்த்துப் பார்த்துச் செய்தார்; ஓடி ஓடி உபசரித்தார். வந்திருந்தவர்கள் அனைவரும் மூக்கின் மீது விரலை வைத்து ஆச்சரியப்பட்டனர்.

விஜயலட்சுமி பண்டிட் தன் தந்தை மோதிலால் நேருவுடன் கல்கத்தாவுக்கு வந்திருந்தார். அங்குள்ள உற்சாகமான வரவேற்பு அவரைக் கவர்ந்தது. 'சந்தேகமேயில்லாமல் போஸ் கல்கத்தாவின் ஹீரோதான்' என்றார் அவர்.

முதலில் மோதிலால் நேரு தான் கையோடு கொண்டு வந்திருந்த தீர்மானத்தை வாசித்துக்காட்டினார். அதன் சாராம்சம் இதுதான். 'குடியேற்ற நாடு என்னும் அந்தஸ்தை பிரிட்டன் வழங்கவேண்டும். அதுவே எங்களுக்குப் போதுமானது.'

அதிர்ந்து போனார் போஸ். இப்படி ஒரு தீர்மானத்தைக் காங்கிரஸ் முன் மொழியும் என்று கனவிலும் எதிர்பார்க்கவில்லை அவர். மோதிலால் நேரு அந்த அறிக்கையைப் படிக்கப் படிக்க போஸுக்குக் கோபம் உச்சியைப் பொத்துக்கொண்டு போனது.

இந்தியாவுக்கு வேண்டியது குடியேற்ற நாடு அந்தஸ்து (Dominion Status) அல்ல, பரிபூரண சுதந்தரம், சுயாட்சி. குடியேற்ற அந்தஸ்து கேட்கும் காலம் எப்போதோ மலையேறிவிட்டது.

பெடரேஷன் முறையில் பரிபூரண சுதந்தரம் மட்டுமே நம்முடைய குறிக்கோளாக இருக்க வேண்டும் என்பது போஸின் தீர்க்கமான முடிவு. முழுமுற்றான சுயாட்சி உரிமையைக் கோரியே போராட்டம் நடத்தப்பட வேண்டும் என்பதிலும் அவருக்குச் சந்தேகம் இருந்ததில்லை.

காந்தியை ஒரு முறை பார்த்தார் போஸ். பிறகு நேருவை. பிறகு கூட்டத்தை. ஒரு விநாடி யோசித்துவிட்டு, திடீரென்று எழுந்து நின்றார்.

'இந்தத் தீர்மானத்தில் எங்களுக்குத் துளி சம்மதமும் கிடையாது. இதை நான் ஏற்றுக்கொள்ளவில்லை'

சரேலென்று திரும்பினார் காந்தி. சிறிது நேரம் போஸை வைத்த கண் வாங்காமல் அப்படியே பார்த்துக் கொண்டிருந்தார். ஐ.சி.எஸ். வேலையைத் துறந்துவிட்டு அடுத்து என்ன செய்யவேண்டும் சொல்லுங்கள் என்று கைகளைக் கட்டிக்கொண்டு தன் முன்னால் பணிவுடன் வந்து நின்ற இளைஞனா இவன்?

காந்தி தனது தீர்மானத்தை முன்வைத்தார்.

'1929 டிசம்பர் 31-ம் தேதிக்குள் பிரிட்டிஷார் இந்தியாவுக்குக் குடியேற்ற நாட்டு அந்தஸ்தை கொடுத்தால் காங்கிரஸ் மகாசபை அதை ஒப்புக் கொள்ளும். இல்லாவிட்டால் காங்கிரஸ், பரிபூரண சுயராஜ்ஜியத்தையே கோரி நிற்கும். இதற்குக் குறைவாக எதைக் கொடுத்தாலும் ஏற்காது.'

தவறான கோரிக்கை. இதை நிறைவேற்றுவதற்கு பிரிட்டிஷாரிடமே அனுமதி கேட்டது அதைவிடத் தவறானது. 1929 வரை அவகாசம் கேட்டது நெருடலின் உச்சம். மொத்தத்தில் காந்தியின் தீர்மானம் போஸுக்குச் சுத்தமாகப் பிடிக்கவில்லை. 'கோரிக்கை; கோரிக்கைக்கு மேல் கோரிக்கை என்று இப்படியே காலம் தள்ளிவிடத்தான் காங்கிரஸ் லாயக்கு' என்று மனதுக்குள் நினைத்துக் கொண்டார்.

ஆனால் காந்தியின் தீர்மானம் நிறைவேறியது.

காந்திக்கும் போஸுக்கும் இடையே ஒரு சீனப் பெருஞ்சுவர் மளமளவென உருவானது.

கல்கத்தா காங்கிரஸ் தன்னைக் கவரவில்லை என்றார் காந்தி. 'சர்க்கஸுக்குத் திரள்வதைப் போல் கூட்டம் திரண்டிருக்கிறது. நடுவே சர்க்கஸில் அமைக் கப்பட்டதைப் போன்ற ஒரு காங்கிரஸ் மேடை' என்று கடிந்துகொண்டார்.

இத்தனைப் பெரிய கூட்டத்தைச் செம்மைப்படுத்தி, ஒவ்வொன்றையும் பார்த்துப் பார்த்துக் கவனித்துக் கொண்ட போஸைப் பாராட்ட வேண்டும் என்று காந்தி நினைக்கவில்லை. மாறாகக் கிண்டலே செய்தார்.

யங் இந்தியாவில் இப்படி எழுதினார்.

'அவர்கள் ஐரோப்பிய ஆடைகளை அணிந்திருந்தார்கள். இது எனக்கு வேதனையளிக்கிறது. ஒரு நாடே ஏழ்மையில் வாடிக்கொண்டிருக்கையில் இத்தனை பிரம்மாண்டமாகச் செலவு செய்து இந்த மாநாட்டை நடத்தியிருக்க வேண்டுமா?'

காந்திக்கு எதிராக இரு இளம் எதிர்ப்பாளர்கள் கட்சிக்குள்ளே உருவாகி விட்டனர் என்ற செய்தி பல இடங்களில் பரவியது.

போஸுக்குக் கிடைத்த ஒரே ஆறுதல் இவரைப் போலவே ஜவாஹர்லால் நேருவும் குடியேற்ற நாட்டு அந்தஸ்து கோரிக்கையை எதிர்த்ததுதான். சுயாட்சி மட்டுமே தேவை, அது/வும் உடனடியாக என்பதில் நேருவும் பிடிவாதமாக இருந்தார்.

போஸ், நேரு இருவருமே காந்தத்தால் கவரப்பட்ட இரும்பு துகள்கள் போல் காந்தியால் ஈர்க்கப்பட்டவர்கள்தாம். இருவருக்குமே காந்தி மீது அபரிமித மான மதிப்பும் மரியாதையும் உண்டு. ஆனாலும் காந்தியின் போராட்ட முறையோடு பல சமயம் இவர்களால் ஒத்துப்போக முடியவில்லை.

இருவரும் மக்களிடையே தீவிரமாக பிரசாரம் செய்யத் தொடங்கினார்கள். ஒரு கட்டத்தில் இருவரும் இணைந்து 'விடுதலைச் சங்கம்' எனும் பெயரில் ஓர் அமைப்பை உருவாக்கினார்கள். இதனால் இருவருக்கும் தீவிரவாதிகள் என்னும் முத்திரை குத்தப்பட்டது. ஆனானப்பட்ட காங்கிரஸையே எதிர்க் கிறார்களே என்று மக்கள் குழப்பத்துடனும் அச்சத்துடனும் இவர்களைப் பார்த்தனர்.

பிரிட்டனின் அடாவடிப் பிரசாரங்களை ஒவ்வொன்றாகத் தேடிப்பிடித்து நசுக்கினார்.

'நாங்கள் வந்துதான் இந்தியாவை முன்னேற்றினோம், நாங்கள்தான் கல்வியைக் கொண்டு வந்தோம், நாகரிகத்தைக் கொண்டு வந்தோம். ஜனநாயகம் என்றால் என்ன என்றே இந்தியாவுக்குத் தெரியாது' என்று பீற்றிக்கொண்டிருந்த துரைமார்களை ஒரு பிடி பிடித்தார்.

'வெள்ளைக்காரர்கள் வருவதற்கு முன்னால் இந்தியா ஒன்றும் காட்டு மிராண்டித்தனமாக இருக்கவில்லை. ஓர் அரசனின் கீழ் வாழ்ந்தாலும் அரசன், குடிகளுக்காகவே வாழ்ந்தான். ஆண்டான். எங்களை நிர்வகித்துக் கொள்ள எங்களுக்குத் தெரியும்.

ஜனநாயகம் என்பதை மேலைநாட்டார்தான் கண்டுபிடித்ததாகக் கூறுவது முழுப் பொய். அது மனித வளர்ச்சியை ஒட்டிய இயற்கையான மாறுதலே ஆகும். ராஜ்ஜிய அமைப்பு எப்படி இருக்க வேண்டும் என்று யாரேனும் ஓர் ஆராய்ச்சியை நடத்தினால் ஒரே முடிவுக்குத்தான் அவர்கள் வருவார்கள். அதுதான் ஜனநாயகம். ஆகவே இது ஏகபோக உரிமை, சொத்து என்று யாரும் உரிமை கொண்டாட முடியாது.

இந்தியாவின் பழைய சரித்திரத்தை ஆராய்ந்தால், முன்பு இங்கு 81 குடியரசுகள், ஜனநாயக ரீதியில் இயங்கி வந்தன என்பதைக் காணலாம். ஜனநாயகம் மட்டுமல்ல, தீவிரமான இதர ராஜ்ஜியக் கொள்கைகள் கூட இந்தியாவில் முன்பு இருந்திருக்கின்றன. பொதுவுடைமை கூட வெள்ளையர்களின் ஏகபோக கொள்கையல்ல. அதுவும் இந்தியாவில் முன்பே இருந்திருக்கிறது.'

●

கல்கத்தா மாநாட்டில் காந்தி முன்வைத்த தீர்மானத்தைப் பிரிட்டன் கையில் எடுத்துக் கொண்டது.

1929 அக்டோபர் 29-ம் தேதி லார்ட் இர்வின் ஓர் அறிக்கையை வெளியிட்டார்.

'1917-ல் சர்க்கார் என்ன வாக்குறுதி கொடுத்தார்களோ அதைத் திரும்பவும் கூறுவதற்கு எனக்கு அதிகாரம் கொடுத்திருக்கிறார்கள். அதாவது இந்தியா வுக்குக் குடியேற்ற நாட்டு அந்தஸ்து தருவதுதான் எங்களது நோக்கம். சைமன் கமிஷன் அறிக்கை விரைவில் வெளியாகிவிடும். அதன் பிறகு லண்டனில் வட்ட மேஜை மாநாட்டை இந்தியத் தலைவர்களைக் கொண்டு கூட்டுவதாக மன்னர் சர்க்கார் வாக்குறுதி கொடுத்திருக்கிறார்கள்.'

பரவாயில்லையே சர்க்கார் சமரசத்துக்குத் தயாராக இருக்கிறதே என்று காந்தி மகிழ்ந்தார்.

ஆனால் இந்த மகிழ்ச்சி நீண்ட நேரம் நீடிக்கவில்லை.

●

டிசம்பர் 23. அந்தப் புகைவண்டி புது தில்லியை நெருங்கிக் கொண்டிருந்த போது திடீரென்று வெடிச்சத்தம். வண்டியின் ஒரு பகுதி வெடித்துச்சிதறியது. அதில் பயணித்துக் கொண்டிருந்த வைசிராய் மயிரிழையில் உயிர் தப்பினார்.

அதே சமயம் லாகூரில் காங்கிரஸ் மகாசபை கூடியது. காந்தி கொடுத்த கால அவகாசம் முடிவடைந்துவிட்டது. குடியேற்ற அந்தஸ்தைப் பிரிட்டன்

இன்னமும் அறிவிக்கவில்லை. காந்தியின் அடுத்த நிலைபாடு என்னவாக இருக்கும் என்று தெரிந்து கொள்வதில் அனைவரும் ஆவலாக இருந்தனர்.

காந்தி தான் முன்னரே அறிவித்திருந்ததை நினைவுபடுத்தினார்.

'பிரிட்டனுக்குக் கொடுத்த வாய்தா முடிவடைந்துவிட்டதால் இனி, குடியேற்ற அந்தஸ்து தேவையில்லை. எங்களது தற்போதைய தேவை பரிபூர்ண சுதந்தரம் மட்டுமே.'

போஸ் ஒரு சில மாதங்களுக்கு முன்னர் காந்தியை எதிர்த்து என்ன கூறினாரோ அதையேதான் காந்தியும் கூறுகிறார்.

காந்தியின் புதிய தீர்மானம் வெளியிடப்பட்டது.

போஸ் இதற்காக மகிழ்ந்தாரா? ஆம். காந்தியுடன் மீண்டும் இணக்கம் வளர்ந்ததா? கிடையாது.

●

காந்தியின் தலைமையில் மீண்டும் கல்கத்தாவில் காங்கிரஸ் கட்சி கூடியது. போஸ், காந்தி இருவரும் ஒருவரை ஒருவர் பார்த்துக் கொண்டனர்.

சுயராஜ்ஜியம் கோரும் காந்தியின் தீர்மானம் அவையில் வாசிக்கப்பட்டது. இப்போது போஸின் முறை. போஸ் முன்னர் வெளியிட்ட அதே தீர்மானத்தை காந்தியும் இப்போது வெளியிட்டதைக் கேட்ட அனைவருக்கும் திருப்தி. எல்லாரும் போஸ் என்ன பேசப்போகிறார் என்ற குறுகுறுப்புடன் அவரை உற்றுப் பார்த்துக் கொண்டிருந்தனர்

போஸ் தனது இருக்கையை விட்டு எழுந்தார்.

'மகாத்மா காந்திக்கு எனது வந்தனம்!'

காந்தி மெலிதாகத் தலையசைத்தார்.

'காந்தியின் தீர்மானத்தில் எனக்கு உடன்பாடு இருக்கிறது!'

'அப்பாடா!', என்று பெருமூச்சு விட்டனர் கூட்டத்தினர்.

'ஆனால் இதில் ஒரு திருத்தம் செய்ய வேண்டியுள்ளது.'

ஆரம்பித்துவிட்டது. மீண்டும் காந்தியோடு மல்லுக்கட்டப் போகிறாரா? இருவரும் இணையவே மாட்டார்களா?

போஸ் தொடர்ந்து பேசினார். 'பிரிட்டிஷ் ஆட்சியை நாம் மதிக்கத் தேவையில்லை. பிரிட்டிஷ் சர்க்கார் இந்திய மக்களுக்கு மக்கள் விரோத சர்க்கார். எதற்காக நாம் அவர்களோடு பேச்சு வார்த்தையில் இறங்க வேண்டும்? நம்மைத் திணறடிக்கும் அவர்களை நாமும் திணறடிக்க வேண்டாமா?'

இவர் ஏன் காந்தி தேர்ந்தெடுத்த வழிக்கு முற்றிலும் நேர் எதிரான வழியைத் தேர்ந்தெடுக்கிறார்? இவருக்கு ஏன் இவ்வளவு போராட்ட குணம்?

'பிரிட்டன் சர்க்காரை அகற்றுவோம். சுதேசி சர்க்காரை உருவாக்குவோம், அவர்களை நியமிப்போம்.'

போஸ் அடித்தொண்டையில் குரல் கொடுத்துவிட்டு அமர்ந்து கொண்டார்.

அடுத்து காந்தி.

'சுபாஷ் கூறிய யோசனைகள் நன்றாகவே இருக்கின்றன. ஆனால் அவற்றைச் செயல்படுத்துவதற்கான தருணம் இதுவல்ல. காலம் இன்னமும் கனியவில்லை என்றே நான் நினைக்கிறேன்!'

ஒரு சிறிய இடைவெளி விட்டு, கையோடு கொண்டு சென்றிருந்த வாழ்த்து அறிக்கையை வாசித்தார் காந்தி.

'வைசிராய் ரயிலுக்கு வெடி வைத்த செய்கையைக் கண்டு காங்கிரஸ் வருந்துகிறது. இது போன்ற செய்கைகள் காங்கிரஸின் கொள்கைக்கு விரோதமானவை. அது மட்டுமில்லாமல் தேசிய லட்சியத்துக்கே, இவை பாதகத்தை ஏற்படுத்தும் என்பதை காங்கிரஸ் திரும்பவும் வலியுறுத்துகிறது. இந்த விபத்திலிருந்து தப்பிய வைசிராய் தம்பதிகளையும் அவரது சகாக்களையும், மற்றும் அந்த வண்டியிலிருந்து தெய்வாதீனமாக உயிர் தப்பிய சிப்பந்திகளையும் காங்கிரஸ் மகாசபை வாழ்த்துகிறது.'

அனைவரும் போஸைத் திரும்பிப் பார்த்தனர். அவர்கள் எதிர்பார்த்ததைப் போல் போஸ் இறுக்கமான முகபாவத்துடன் காந்தியைப் பார்த்துக் கொண்டிருந்தார். வைசிராயைக் காந்தி வாழ்த்தியது அவருக்குப் பிடிக்கவில்லை என்பதைப் புரிந்துகொள்ள முடிந்தது.

போஸின் திருத்தமும் காந்தியின் தீர்மானமும் விவாதிக்கப்பட்டன. என்ன நடக்கும் என்று போஸுக்கு நன்றாகவே தெரியும். வழக்கம்போல் காந்தியின் தீர்மானத்தைத் தான் முன்மொழியப்போகிறார்கள். அப்படித்தான் நடந்தது.

போஸ் எதிர்பாராத மற்றொரு சம்பவமும் நடந்தது.

காரியக் கமிட்டிக்கு உறுப்பினர்களைத் தேடும் பணி ஜனவரி 2-ம் தேதி நடைபெறுவதாக இருந்தது. போஸும் அவரது கட்சிப் பிரதிநிதிகளும் சபையில் இல்லை. அந்தச் சமயம் பார்த்துப் புதிய உறுப்பினர்கள் தேர்ந்தெடுத்தப்பட்டனர். போஸின் பெயர் விடுபட்டுப்போனது. அவரது இடத்துக்கு சென் குப்தா தேர்ந்தெடுக்கப்பட்டார். அதேபோல் ஸ்ரீனிவாச அய்யங்காருக்குப் பதிலாக ராஜாஜி இணைத்துக் கொள்ளப்பட்டார்.

தீவிரவாதிகள் என்று கருதப்பட்டவர்களை ஒதுக்கி வைப்பதற்காக வேண்டுமென்றே இந்த ஏற்பாடு செய்யப்பட்டிருப்பதாகக் கூறினார்.

காந்தி இதை ஒரு மோதலாகவே எடுத்துக் கொண்டாரா? போஸை வெளியேற்றவேண்டும் என்பதற்காகவே இப்படிச் செய்தாரா?

●

அடுத்து என்ன செய்ய வேண்டும் என்று போஸுக்குத் தெரிந்துவிட்டது.

ஒரு புதிய அறிவிப்பை வெளியிட்டார் போஸ்.

'காங்கிரஸ் கட்சி மிதவாதிகளின் கைக்குப் போய் விட்டது. இனி நமக்கு அங்கு வேலை இல்லை.'

காங்கிரஸ் ஜனநாயகக் கட்சி என்னும் பெயரில் ஒரு புதிய கட்சி தொடங்கப்பட்டது. ஸ்ரீனிவாச அய்யங்கார் அதன் தலைவராக நியமிக்கப்பட்டார். காந்தியை எதிர்த்து, காங்கிரஸை எதிர்த்து ஒரு புதிய கட்சி தொடங்கப்பட்ட விஷயம் பரவலாக அதிர்ச்சியையும் பரபரப்பையும் ஏற்படுத்தியது.

தனது கொள்கைகளைத் திட்டவட்டமாக அறிவித்தார் போஸ்.

'எங்களது லட்சியம் பரிபூரண சுதந்தரம். இந்த லட்சியத்தை அடைவதற்காக எந்தக் கட்சியுடனும் எந்தக் கட்சியின் கொள்கை, நடவடிக்கைகள் ஆகியவைகளுடனும் ஒத்துழைத்து, லட்சியத்தைத் துரிதத்தில் கொண்டு வந்து சேர்க்கும்படியான முறைகளைக் கையாளுவோம். இதுவே காங்கிரஸ் ஜனநாயகக் கட்சியின் கொள்கை.'

மற்றொருபுறம் காந்தி வட்டமேஜை மாநாட்டுக்குத் தயாராகிக் கொண்டிருந்தார். எதிர்பார்த்ததைப் போலவே போஸின் பெயர் விடுபட்டுப்போனது.

ஏன் என்று கேட்கப்பட்டபோது காந்தி ஒரே வார்த்தையில் அளித்த பதில் 'குணப்பொருத்தமில்லை!'

குணப்பொருத்தமில்லாத இரண்டு தனித்தனிக் குழுக்கள் உருவாகிவிட்டதை மக்கள் உணர்ந்துகொண்டனர்.

காந்தி தலைமையில் மிதவாத காங்கிரஸ். போஸ் தலைமையில் ஒரு தீவிர இயக்கம்.

6. காந்திக்கு எதிராக...

இந்தியாவைக் காலனி நாடாக மாற்றியிருந்த அதே பிரிட்டன்தான் அயர்லாந்தையும் காலனி நாடாக மாற்றி இருந்தது. இந்தியர்களைப் போலவே அயர்லாந்து மக்களும் அந்நிய அரசுக்கு எதிராகப் போராடிக்கொண்டிருந்தனர். வீதியில் இறங்கி, கிளர்ச்சி செய்துகொண்டு இருந்தனர்.

முதல் உலகப்போர் மூண்டபோது அயர்லாந்து இதைத் தனக்குச் சாதகமாகப் பயன்படுத்திக்கொள்ள முயன்றது. பிரிட்டன் போரில் ஈடுபட்டுக் கொண்டிருக்கும்போதே பிரிட்டனுக்கு எதிராகப் போர்க்கொடி உயர்த்த முடிவு செய்தது. அயர்லாந்து போராட்டத்துக்குத் தலைமை தாங்கியவர் டிவெலரா. பேச்சுவார்த்தை, உடன்படிக்கை எல்லாம் எடுபடாது என்று துப்பாக்கியைக் கையில் தூக்கிக்கொண்டார் இவர்.

'கையில் கிடைக்கும் ஆயுதத்தை எல்லோரும் எடுத்துக்கொள்ளுங்கள். நமது போர் தொடங்கிவிட்டது' என்ற டிவெலராவின் முழக்கம் அயர்லாந்து மக்களை உசுப்பேற்றிவிட்டது. அரசியல் தலைவர்கள், பொதுமக்கள் அனைவரும் போராட்டத்தில் குதித்தனர்.

பிரிட்டன் இந்தத் தாக்குதலை எதிர்பார்க்கவில்லை. இருந்தாலும் சுதாரித்துக் கொண்டு தனது துருப்புகளைக் குவித்தது. கிட்டத்தட்ட புரட்சியாளர்களை ஒடுக்கிவிட்டார்கள் என்றாலும் ஆரம்பத்தில் தொடங்கிய நெருப்புப் பொறி அணைந்துவிடவில்லை. ஒரு பகுதியில் அழுத்தினால் வேறொரு பகுதியில் பற்றிக்கொண்டது.

கிளர்ச்சிக்காரர்கள் துணிந்து ஒரு சுதந்தர சர்க்காரை ஏற்படுத்தினார்கள். 'இதுதான் மெய்யான அயர்லாந்து. ஐரிஷ் மக்களின் பாதுகாவலன்' என்று பிரகடனப்படுத்தினர். 'பிரிட்டன் நம்மைச் சுரண்டுகிறது. நமது மண்ணில் அந்நிய அரசு உருவாவதை ஏற்றுக்கொள்ளமாட்டோம்!' என்று அறிவித்தது.

ஒரு பக்கம் புரட்சியாளர்களின் அரசாங்கம். மறுபக்கம் பிரிட்டனின் அரசாங்கம். ஒரே சமயத்தில் இரு வேறு அரசாங்கங்கள் ஒரு நாட்டை நிர்வகிக்கும் விந்தை ஏற்பட்டது. டிவெலரா முதல் பிரஸிடெண்டாகப் பொறுப்பேற்றுக் கொண்டார். இவருக்குப் பிற நாடுகளில் நல்ல செல்வாக்கு இருந்தது. அமெரிக்கா சென்றபோது 'பிரஸிடெண்ட் டிவெலரா' என்றே இவர் அழைக்கப்பட்டார்.

டிவெலராவின் சர்க்காரை ஒழிக்க பிரிட்டன் அனைத்து வழிகளையும் கையாண்டது. 'இவரை ஏற்றுக்கொள்ளவேண்டாம். இவர்கள் சட்ட விரோத மானவர்கள். இவர்களது ஆட்சி சட்டவிரோதமானது' என்றெல்லாம் கூப்பாடு போட்டுப் பார்த்தது. கண்ணில் பட்டவர்களைப் பிடித்துச்சிறையில் தள்ளியது. பயமுறுத்திப் பார்த்தது. ஆனால் பிரிட்டனின் பாச்சா பலிக்க வில்லை. டிவெலராவின் செல்வாக்கு உயர்ந்துகொண்டே போனது.

இறுதியில், வேறு வழியின்றி அரைகுறை மனத்துடன் புரட்சிகர அரசை அங்கீகரிக்கத் தொடங்கினார்கள். வீம்புக்குத் தொடங்கப்பட்ட சர்க்கார் நிஜ சர்க்காராக மாறியது. பிரிட்டன் அயர்லாந்தை விடுவிடுத்தது.

'இதுதான்! இதுதான்! இதைத்தான் நான் சொன்னேன்!' என்று துள்ளினார் போஸ். 'இப்படித்தான் நாமும் செய்யவேண்டும்!'

'ஆனால் காந்திக்கு இது புரியவில்லையே' என்று வருந்தினார் போஸ். 'காந்தியைப் போல் சாத்வீகக் கொள்கை பேசிக் கொண்டிருந்தால் அயர்லாந்து ஒரு சுதந்தர நாடாக மாறியிருக்குமா?' என்று கேள்வி எழுப்பினார். 'ஒத்துழையாமை இயக்கம், அகிம்சை எல்லாம் சரி. ஆனால் ராட்சஸப் படைகளும் பீரங்கிகளும் வைத்திருக்கும் பிரட்டன் போன்ற சக்தியுடன் உட்கார்ந்து பேசிக்கொண்டிருப்பது உதவாத காரியம்' என்றார்.

1930. ஜனவரி 2-ம் தேதி புதுடில்லியில் காங்கிரஸ் காரியக் கமிட்டி கூட்டம் கூடியது. சட்டசபைக்கு காங்கிரஸ் ஆள்கள் யாரும் போகவேண்டாம் என்ற தீர்மானம் நிறைவேற்றியது. அப்படி மீறுபவர்கள் மீது நடவடிக்கை எடுக்கவும் முடிவு செய்யப்பட்டது. மேலும், ஜனவரி 26-ம் தேதியைச்சுதந்தர தினமாகக் கொண்டாட வேண்டும் என்றும் கேட்டுக்கொள்ளப்பட்டது.

காந்தி பிரிட்டனை முழுமையாக நம்பினார். வைசிராயை நம்பினார். 'கவலைப்படாதீர்கள்! வட்ட மேஜை மாநாட்டில் அனைத்து பிரச்னைகளும் தீர்க்கப்படும்' என்று வைசிராய் சொன்னபோது காந்தி அதை வரவேற்றார். வைசிராய்க்கு நன்றி தெரிவித்துக் கொண்டார்.

போஸ், காந்தி இருவரும் இருவேறு திசையில் பயணித்தார்கள்.

'ஐயோ! இன்னமும் எத்தனைக் காலத்துக்குப் பிரிட்டனை நம்பப் போகிறீர்கள். நம்மை அவர்கள் ஏமாற்றிக்கொண்டிருக்கிறார்கள் என்பதைக் கூட நீங்கள் உணரவில்லையா?' என்று கத்தினார் போஸ்.

'பிரச்னையைத் தீர்ப்போம் என்று கூறியிருக்கிறார்கள். இது ஒரு நல்ல முன்னேற்றம்' என்றார் காந்தி.

'உங்களுக்கு எதைச் சொல்லிப் புரிய வைப்பது என்று தெரியவில்லை. எந்த மயிலாவது நாளை மறுநாள் இறகு தருகிறேன் என்று சொல்லியிருக்கிறதா?'

'பொறுமையைச் சிதறவிடக் கூடாது.'

'பொறுமை பொறுமை என்று பேசிப்பேசி இதுவரை என்ன சாதித் திருக்கிறோம்?'

'முடிவு செய்கிறேன் என்று சொல்லியிருக்கிறார்கள். பரிசீலிப்பதாக உறுதி அளித்திருக்கிறார்கள்.'

'கடவுளே! அயர்லாந்தைப் பார்த்துக்கூட நாம் கற்றுக்கொள்ளாவிட்டால் எப்படி?'

காந்தியின் இறுதி முடிவு இதுதான்.

'அயர்லாந்து வேறு. இந்தியா வேறு. நமது போராட்டம் அறப்போராட்டமாக மட்டுமே முன்னெடுத்துச்செல்லவேண்டும். இதுதான் என்னுடைய முடிவு. இதற்குக் கட்டுப்பட்டவர்கள் மட்டும் என்னுடன் தங்கியிருந்தால் போதுமானது.'

போஸின் இறுதி முடிவு இதுதான்.

'காந்தியார் ஒரு மரியாதைக்குரிய தலைவர் என்பதில் எந்தச் சந்தேகமில்லை. அவர் மகாத்மாகவே இருந்துவிட்டுப் போகட்டும். காங்கிரஸை அவரே வழிநடத்திச் செல்லட்டும். ஆனால் அவரது சாத்வீக போராட்டத்தால் எந்தவிதப் பயனும் ஏற்படப்போவதில்லை என்பதை அவர் நிச்சயம் ஒரு நாள் உணர்வார். அவரை வழிபடுபவரும் உணர்வார்கள்.'

முதல் உலகப்போரில் பிரிட்டன் காலடி எடுத்துவைத்தபோது, காந்தி எடுத்த விசித்திர நிலைப்பாட்டை போஸ் இன்னமும் மறந்துவிடவில்லை.

'நன்றாக வேண்டும். நம்மை எப்படியெல்லாம் படுத்தினார்கள். எல்லாவற்றுக்கும் சேர்த்துப் போரில் இழந்துகொண்டிருக்கிறார்கள்.' இப்படித் தானே ஒரு சாதாரண மனிதன் நினைப்பான். ஆனால் இப்படி நினைப்பது தவறு என்றார் காந்தி.

ஆம், பிரிட்டனை ஆதரிக்க வேண்டும் என்று உரத்துச் சொன்னார் காந்தி. குஜராத் முழுவதும் பயணித்தார். 'இந்திய வீரர்களே, நடைபெற்று கொண்டிருக்கும் மகா யுத்தத்தில் பிரிட்டனை நாம் ஆதரிக்கவேண்டும். பிரிட்டனைக் காப்பாற்றவதுதான் நமது கடமை. அனைவரும் திரண்டு வாரீர்!' என்று பிரசாரம் செய்தார்.

பிரிட்டன் போர்முனையில் இருக்கும் ஒரு பலவீனமான பொழுதில் பிரிட்டனை எதிர்ப்பது தவறு என்பது காந்தியின் வாதம்.

இந்த விசித்திர வாதத்தால், கிராமக் கூட்டங்களில் காந்திக்கு ஆதரவு கிடைக்க வில்லை. பிரிட்டனுக்காக ஆள் சேர்க்கும் வேலையையா மகாத்மா மேற்கொள்ள வேண்டும் என்று வருந்தினர். காந்தியுடன் தென்னாப்பிரிக்கப் போராட்டத்தில் பங்கெடுத்துக்கொண்ட ஹென்றி பொலாக் அதிர்ச்சியடைந்தார். 'அகிம்சையைப் போதிக்கும் நீங்கள் பிரிட்டனுக்கு ஆதரவு அளிக்கலாமா?' என்றார்.

போஸ் சிரித்துக் கொண்டார். 'என்றாவது ஒரு நாள் தான் செய்வது தவறு என்று காந்தி புரிந்துகொள்வார். எங்கள் இருவரது வழியும் ஒன்றுதான் என்று அவர் உணர்வார்.'

1930. பிப்ரவரி 14,15,16 ஆகிய மூன்று தினங்களில் சபர்மதியில் காங்கிரஸ் காரியக் கமிட்டி மெம்பர்கள் கூடினார்கள். மூன்று முக்கிய முடிவுகள் எடுக்கப்பட்டன.

1. காந்தியின் தலைமையில் ஒத்துழையாமைப் போரைத் தொடங்க வேண்டும்
2. அகிம்சைதான் போர் முறை. வன்முறை வேண்டவே வேண்டாம்
3. உப்பின் மீது போடப்பட்ட வரியை உடனடியாக எதிர்க்க வேண்டும்.

மார்ச் மூன்றாம் தேதி காந்தி வைசிராய்க்கு ஒரு கடிதம் எழுதினார். ஒத்துழையாமை இயக்கம் தொடங்க உத்தேசிப்பதாகக் கூறினார். பிரிட்டன் மீதும் பிரிட்டிஷார் மீதும் தனக்கு மதிப்பு இருப்பதாகவும் தெரிவித்தார்.

போராட்டம் தொடங்கப்போவதாக இருந்தாலும் சரி, பிரிட்டனை எதிர்ப்பதாக இருந்தாலும் சரி, தக்க முறையில் அதை பிரிட்டிஷ் சர்க்காருக்கு அறிவித்த பிறகே செய்வது காந்தியின் வழக்கம். 'இன்ன தேதியில், இன்ன இடத்தில் இன்ன காரணத்துக்காக, கூட்டம் நடத்தப்போகிறோம்; கூட்டத்தின் நோக்கம் பிரிட்டன் அரசை எதிர்ப்பது.' இப்படி தெளிவாக அறிவித்து விட்டுதான் எதிர்ப்பார். இதுதான் காந்தியின் அணுகுமுறை.

காந்தியின் பெருந்தன்மை பிரிட்டனுக்கு இல்லை. காந்தி நேரடியாகக் களத்தில் குதித்துப் போராடுவது சரியானதல்ல என்றும் அவ்வாறு செய்தால் அமைதி கெட்டுவிடும் என்றும் வைசிராய் பதில் கடிதம் எழுதினார்.

காந்தியால் இதைத் தாங்கிக்கொள்ள முடியவில்லை.

'முழந்தாளிட்டு உண்ண உணவு கேட்டேன். தாங்களோ அதற்குக் கல்லைக் காட்டி, பசியாற்றச் சொன்னீர்கள். பலாத்காரத்தைக் கண்டு இறங்கி வருவது தான் பிரிட்டிஷாரின் குணம். ஆகவே உங்களின் பதில் என்னை ஆச்சரியப் படுத்தவில்லை. அமைதி என்றால் இந்திய மக்களுக்கு ஞாபகத்துக்கு வருவது ஒன்றுதான். அது சிறைக்கோட்டத்தில் காணப்படும் அமைதி. வலுக் கட்டாயமாகச் சுமத்தப்பட்டிருக்கும் இந்த அமைதியை அதனின் ஆதாரமாக நிற்கும் பிரிட்டிஷ் சட்டத்தை நான் எதிர்க்கிறேன். இந்த அமைதி,

தேசமக்களின் தொண்டையை இறுகப் பிணைத்து, மூச்சுத் திணற வைப்பதைப் போக்கியாக வேண்டும் என்பதே என் லட்சியம்...!'

காந்தி தயாரானார்.

79 தொண்டர்கள் இணைந்து கொண்டனர். மார்ச் 12-ம் தேதி காந்தி தண்டி யாத்திரையைத் தொடங்கினார். சுமார் 200 மைல் தூரம். 24 நாள்கள். இந்தியா மட்டுமல்ல ஒட்டுமொத்த உலகமும் இந்தப் புதுமையான போராட்டத்தை சிலிர்ப்புடன் திரும்பிப் பார்த்தது. ஏப்ரல் 5-ம் தேதியன்று தண்டியை அடைந்த காந்தி கைது செய்யப்பட்டார்.

'நான் கைதாகிவிட்டேன். இனிக் கடவுள்தான் உங்கள் தலைவர். கிராமங்களெல்லாம் போராட்டத்தில் தீவிரமாகப் பங்கெடுத்து, உப்பு சத்தியாகிரகத்தில் ஈடுபடவேண்டும். ஆண்கள் அனைவருக்கும் இதுவே புனிதப் போராட்டம். பெண்கள் அனைவரும் கள்ளுக்கடைகளையும், அபின் கடைகளையும் மூடும்படி மறியல் செய்ய வேண்டும். அன்னியத் துணி பகிஷ்காரத்தையும் நடத்தி வைக்கவேண்டும்.'

'போர் தொடங்கியாகி விட்டது. அனைவரும் தயாராகுங்கள்' என்றார் சர்தார் வல்லபாய் பட்டேல். சர்க்கார் அவரைக் கைது செய்தது. போராட்டத்தீ பற்றிக் கொண்டது. மாணவர்கள் வீதியில் இறங்கினார்கள்.

'இந்தப்பாதை பூர்ண சுயராஜ்ஜியத்துக்கு நம்மைக் கொண்டு போய்ச் சேர்க்கும்' என்றார் காந்தி.

போஸ் அப்போது கைதாகி அலிப்பூர் சிறையில் இருந்தார். ஏன் கைது, எதற்காகக் கைது போன்ற காரணங்களைத் தேட வேண்டிய அவசியம் கிடையாது. போஸ் ஒரு தீவிரவாதி, பிரத்தியேகமாகக் 'கவனிக்கப்பட' வேண்டியவர். பிடித்து உள்ளே தள்ளிவிட்டனர்.

ஒரு வருஷ தண்டனை அளிக்கப்பட்டிருந்தது. காந்தியின் தண்டி யாத்திரை கிளப்பி விட்ட போராட்டத்தீ அவரை உற்சாகப்படுத்தியது. 'இதுதான் வேண்டும்!' என்று மகிழ்ந்தார். 'பரவாயில்லை காந்தியாரே. இப்போதுதான் என் வழிக்கு வந்திருக்கிறீர்கள்!' என்று ஒரு சபாஷ் போட்டார்.

ராஜீயக் குற்றவாளிகள் என்று ஒரு வகையறா உண்டு. சர்க்காருக்கு எதிராக கோஷம் போடுபவர்கள், கூட்டம், போராட்டம் நடத்துபவர்கள் போன்றவர்கள் இந்த ஜாதியைச் சேர்ந்தவர்கள். பெயருக்குத் தான் ராஜீயக் குற்றவாளிகளே தவிர பிற குற்றவாளிகளுக்கும் இவர்களுக்கும் பெரிய வித்தியாசம் எதுவும் இருக்காது. இதனால் ராஜீயக் குற்றவாளிகளுக்கும் சிறை அதிகாரிகளுக்கும் அவ்வப்போது மோதல்கள் வெடிக்கும். 'நாங்கள் என்ன திருடிவிட்டு, கொலை செய்துவிட்டா வந்திருக்கிறோம்?' என்று குரல் கொடுப்பார்கள்.

அப்படி ஒரு முறை சண்டையிட்டுகொண்டிருக்கும்போது போஸ் அந்தப் பகுதியைக் கடந்து செல்ல வேண்டியிருந்தது.

ஒரு கைதியைச் சில அதிகாரிகள் போட்டு அடித்துக் கொண்டிருப்பதைக் கண்ட போஸுக்குக் கோபம் உச்சத்தைத் தொட்டது.

'இப்படி மிருகத்தனமாகக் கைதிகளை நடத்துவது உங்களுக்கே நியாயமாகப் படுகிறதா? கைதிகளை அடிப்பதை உடனடியாக நிறுத்துங்கள்!'

அடித்துக் கொண்டிருந்த அதிகாரிகள் ஒரு நிமிஷம் திடுக்கிட்டுத் திரும்பினார்கள். கைதி உடுப்பில் இடுப்பில் கை வைத்துக்கொண்டு கத்திக் கொண்டிருந்தார் போஸ்.

ஓர் அதிகாரிக்குச் சிரிப்பு வந்துவிட்டது.

'நீயே ஒரு கைதி. நாங்கள் என்ன செய்யவேண்டும், என்ன செய்யக் கூடாது என்று நீ உத்தரவிடுகிறாயா?'

'நான் கைதியாக இருக்கலாம். அதற்காக இது போன்ற அக்கிரமங்களைப் பார்த்துக்கொண்டு சும்மா இருக்க முடியாது.'

'அப்படியா? துரை என்ன செய்வாராம்? எங்களை அடிப்பாரா? எங்கள் பதவியைப் பிடுங்கிக்கொள்வாரா? என்ன செய்வீர்கள் என்று சொல்லுங்கள் துரையே!' சிரிப்பொலி பரவியது.

'இவனை என்ன செய்யலாம்?' என்றார் அந்த அதிகாரி.

'எந்தக் கைதியை அடிக்க வேண்டாம் என்று சொன்னானோ அந்தக் கைதியை விட்டே இவனை அடிக்க வைக்கலாம்!'

சுருண்டு கிடந்த அந்தக் கைதியிடம் திரும்பினார் அதிகாரி.

'இதோ திமிராக நிற்கும் இந்த இளைஞனை நீ அடிக்க வேண்டும். அப்படிச் செய்தால் உன்னை அடிக்காமல் விட்டுவிடுகிறேன்.'

ஒரு நிமிஷம் தயங்கிய அந்தக் கைதி மறு விநாடியே சுதாரித்துகொண்டு போஸை சரமாரியாக அடிக்கத் தொடங்கினான். மாடிப்படியிலிருந்து பெரும் சத்தத்துடன் சரிந்து விழுந்தார் போஸ்.

போஸ் மீண்டும் கண் விழிக்கச் சரியாக 70 நிமிஷங்கள் பிடித்தன.

போஸ் தாக்கப்பட்டார் எனும் செய்தி வங்காளம் முழுவதும் பரவியது. 'நாங்கள் யாருமே அவரை அடிக்கவில்லை. இது ஒரு சிறு விபத்து' என்றது சிறை அதிகாரி வட்டம்.

அப்போது கல்கத்தா நகராட்சி மேயர் தேர்தல் நடைபெற்றது. போஸின் பெயர் முன்மொழியப்பட்டது. சிறையிலிருக்கும்போதே அவர் வெற்றி பெற்றார்.

ஒத்துழையாமை இயக்கம் முழுவீச்சுடன் நடந்துகொண்டிருந்தது. மோதிலால் நேரு, ஜவஹர்லால் நேரு உள்பட அனைத்துத் தலைவர்களும் சிறையில் இருந்தனர்.

1930 டிசம்பரில் போஸ் விடுதலையானார். என்ன பிரயோஜனம்? மால்தா என்ற கிராமத்தில் அவரை வரவேற்றிருந்தார்கள். 'போகாதே' என்றது சர்க்கார். 'போவேன்' என்று போனார். கைது. ஒரு வாரம் மீண்டும் சிறை.

ஜனவரி 26 சுதந்தர தினம் கொண்டாடக் கூடாது என்றனர். பொதுக்கூட்டத்தில் பேசக் கூடாது என்றனர். கொண்டாடினார், பேசினார். ஊர்வலம் சென்றார். கொடி பிடித்தார். தடியடி நடந்தது. மேயர் என்றும் பார்க்காமல் அவரை அடித்தனர். 6 மாத தண்டனையும் கிடைத்தது.

7. 'இனி இணையமாட்டோம்'

1930 நவம்பரில் லண்டனில் முதல் வட்ட மேஜை மாநாடு நடைபெற்றது. காங்கிரஸில் இருந்து மருந்துக்குக்கூட ஒருவரும் அதில் கலந்துகொள்ள வில்லை. காந்தியையும் மற்றவர்களையும் போனால் போகட்டும் என்று விடுதலை செய்தனர். மற்றபடி, இந்த வட்ட மேஜை மாநாட்டால் உருப்படியாக எதுவும் சாதிக்க முடியவில்லை. போஸ் என்ன நினைத்தாரோ அதுவேதான் நடந்தது.

பிரிட்டிஷ் சர்க்காருக்கு ஒரு விஷயம் புரிந்தது. தமக்குப் பிடிக்கிறதோ இல்லையோ காங்கிரசின் ஒத்துழைப்பு இல்லாமல் எந்தவொரு தீர்மானத்தையும் கொண்டு வர இயலாது.

காங்கிரஸோடு உட்கார்ந்து பேசினால்தான் சரிப்பட்டு வரும் என்பதை உணர்ந்த பிரிட்டிஷ் அரசு அதற்கான வேலையை முடுக்கி விட்டது. லார்ட் இர்வின் காந்தியைத் தொடர்பு கொண்டார். ஒத்துழையாமை இயக்கத்தை நிறுத்திவிட்டு, பேச்சுவார்த்தைக்கு வருமாறு அழைப்பு விடுத்தார்.

காந்தி எந்தவித முன்நிபந்தனையையும் விதிக்காமல் பேச்சுவார்த்தையில் கலந்துகொள்ள ஒப்புக்கொண்டார்.

மார்ச் 5, 1931 அன்று காந்தியும் இர்வினும் சந்தித்து ஓர் உடன்படிக்கை செய்து கொண்டனர். காந்தி-இர்வின் ஒப்பந்தம் (Gandhi-Irwin Pact) என்று அழைக் கப்பட்ட அந்த உடன்படிக்கையின் சாராம்சம் இதுதான்.

1. ஒத்துழையாமை இயக்கத்தை காங்கிரஸ் நிறுத்திவைக்க வேண்டும்.
2. அடுத்த வட்ட மேஜை மாநாட்டில் காங்கிரஸ் கலந்துகொள்ளும்.
3. காங்கிரஸை முடமாக்கும் வேலைகளில் சர்க்கார் ஈடுபடாது.
4. வன்முறையில் ஈடுபட்டு, சிறையில் இருப்பவர்களைத் தவிர பிறர் மீதான வழக்குகளைச் சர்க்கார் திரும்பப் பெற்றுக்கொள்ளும்.

5. ஒத்துழையாமை இயக்கத்தில் பங்கேற்றுக்கொண்டதற்காகச் சிறைபிடிக்கப்பட்டவர்கள் அனைவரும், விடுவிக்கப்படுவர்.

உடன்படிக்கை கையெழுத்தானதன் தொடர்ச்சியாக, காந்தி ஒத்துழையாமை இயக்கத்தை நிறுத்திக்கொண்டார். போஸ் உள்பட பலர் விடுதலை செய்யப்பட்டனர்.

மற்றபடி, காந்தி-இர்வின் ஒப்பந்தம் தீவிரமாக விமரிசிக்கப்பட்டது. இந்த ஒப்பந்தம் வெறும் கண்துடைப்புதான் என்று வேறு சிலர் கூறினார். போஸ் என்ன சொல்லப்போகிறார் என்பதைத் தெரிந்துகொள்வதில்தான் அத்தனை பேரும் ஆர்வம் காட்டினர்.

'காந்தியை நேரில் சந்தித்துப் பேசிய பிறகே இந்த உடன்படிக்கை குறித்த எனது கருத்தைத் தெரிவிப்பேன்' என்றார் போஸ்.

பம்பாய் சென்று காந்தியை நேரில் சந்திக்கவும் செய்தார். இர்வினுடன் செய்து கொண்ட உடன்படிக்கையில் பல முக்கிய அம்சங்களைக் காந்தி விவாதிக்கவில்லை என்ற ஆதங்கத்தைத் தெரியப்படுத்தினார் போஸ். காந்தி அமைதியுடன் எல்லாவற்றையும் கேட்டுக்கொண்டார்.

'நீங்கள் சொல்வது அத்தனையும் உண்மை. நான் ஏற்றுக் கொள்கிறேன்.'

'குறிப்பாக, கைதிகள் குறித்து நீங்கள் அதிகம் விவாதித்ததாகத் தெரியவில்லை. ஒத்துழையாமை இயக்கத்தில் ஈடுபட்டவர்கள் தவிர வேறு பல கைதிகளும் பல சிறைச்சாலைகளில் அடைந்து கிடக்கிறார்கள். அவர்கள் மீது பல பொய்க் குற்றச்சாட்டுகள் பதிவாகி இருக்கின்றன. அவர்களை விடுவிக்க வேண்டியது அவசியம்.'

'அடுத்த சந்திப்பில் நிச்சயம் இது பற்றி விவாதிப்போம்.'

'நன்றி.'

இருவரும் பம்பாயிலிருந்து கிளம்பி டெல்லிக்குச் சென்றனர். பிரயாணம் முழுவதும் இருவரும் நீண்ட நேரம் விவாதித்தனர். போஸ் முன்வைத்த அத்தனை யோசனைகளையும் ஏற்றுக்கொள்வதாகக் காந்தி உறுதியளித்தார். போஸுக்குப் பரம திருப்தி.

டில்லிக்குச் சென்ற இருவருக்கும் ஓர் அதிர்ச்சியான செய்தி காத்திருந்தது. பகத்சிங், ராஜகுரு, சுகதேவ் மூவருக்கும் லாகூர் சதி வழக்குக்காக, தூக்குத் தண்டனை நிறைவேற்றியிருந்தது சர்க்கார்.

பிப்ரவரி 1928-ல் சைமன் கமிஷன் பம்பாய் வந்தபோது, அவர்களுக்குக் கருப்புக் கொடி காட்ட முடிவு செய்யப்பட்டது. அதன்படி, ஊர்வலமாகச் சென்று எதிர்த்த லாலா லஜ்பத் ராய் தாக்கப்பட்டார். அவரது மரணத்துக்கு அதுவே காரணமாக அமைந்தது. வெகுண்டு எழுந்தார் பகத்சிங். ராஜகுரு, ஆசாத் இருவரையும் சேர்த்துக்கொண்டு ஒரு திட்டம் தீட்டினார். முடிவில், ஸ்காட் என்னும் காவல் அதிகாரியைக் கொல்ல முடிவு செய்தனர். டிசம்பர்

17, 1928 அன்று துப்பாக்கியால் அவரைச் சுட்டுக்கொல்லவும் செய்தனர். அவர்கள் கொன்றது ஸ்காட்டை அல்ல ஜே.பி. சாண்டர்ஸ் என்னும் மற்றொரு அதிகாரியை என்று பிறகுதான் தெரிந்தது.

ஏப்ரல் 8, 1929 அன்று பகத்சிங், பி.கே.தத் இருவரும் இணைந்து மத்திய கூட்டத்தொடர் நடைபெறும் வளாகத்தில் வெடிகுண்டு வீசினர். 'இன்குலாப் ஜிந்தாபாத்' என்று முழங்கியபடிச் சரண் அடைந்தனர்.

காந்தி, போஸ் இருவருமே இதை எதிர்பார்க்கவில்லை. இப்போதுதான் ஒப்பந்தம் கையெழுத்தாகியுள்ளது. அதற்குள் இப்படி ஒரு பின்னடைவா? அவசர அவசரமாக வைசிராயை தொடர்பு கொண்டு பேசினார் காந்தி. தண்டனை நிறைவேறும் காலத்தைத் தாமதப்படுத்துவதாக வைசிராயும் உறுதியளித்தார்.

மற்றொருபுறம் அடுத்த காங்கிரஸ் கூட்டத்துக்காகக் கராச்சி தயாராகிக் கொண்டிருந்தது. முக்கிய தலைவர்கள் அனைவரும் கராச்சியில் கூடிக் கொண்டிருந்தனர். காந்தி, பகத்சிங்கை நிச்சயம் காப்பாற்றியே ஆகவேண்டும் என்ற கோஷம் பலமாக எழுந்தது.

1931, மார்ச் 23-ம் தேதி பகத்சிங், ராஜகுரு, சுகதேவ் மூவரும் தூக்கிலிடப் பட்டனர். ஒருவருக்கும் தெரிவிக்காமல் ரகசியமாக இத்தண்டனை நிறைவேற்றப்பட்டது.

ஒட்டுமொத்த இந்தியாவையும் உலுக்கியது இந்தச் செய்தி. போஸ் துடிதுடித்துப்போனார்.

கராச்சி காங்கிரஸில் கலந்துகொள்வதற்காக வந்து சேர்ந்த காந்தி, படேல் இருவருக்கும் கருப்புக் கொடிகள் காட்டப்பட்டன. கராச்சி பற்றி எரிந்து கொண்டிருந்தது. தன் வாழ்நாளில் இப்படி ஓர் எதிர்ப்பைக் காந்தி கண்டதில்லை. இதுவரை மகாத்மாவாகவே அவர் அறியப்பட்டிருந்தார். கடவுளுக்கு அடுத்த நிலையில் வைத்தே மக்கள் அவரைப் பூஜித்து வந்தனர். கருப்பு மாலைகளை அவர் இதுவரை சந்தித்ததே கிடையாது.

மாநாடு தொடங்கியது.

போஸ் வெடித்தார். 'காந்தியும் வைசிராயும் செய்துகொண்டிருக்கும் ஒப்பந்தத்தைக் கிழித்துதான் எறியவேண்டும். காங்கிரஸ் எவ்வளவு தூரத்துக்கு மிதவாத ஸ்தாபனமாகிவிட்டது என்பதை இந்த ஒப்பந்தம் காட்டுகிறது.'

காந்தியின் கண்களை அவரால் நேரடியாகச் சந்திக்கவே முடியவில்லை. கோபம் கோபமாக வந்தது. மேடையிலேயே வெடித்துவிட்டார்.

'தனிப்பட்ட நபரான காந்திஜியிடம் காங்கிரஸ் சிக்கியிருப்பதைக் கண்டு நான் பரிதாபப்படுகிறேன்... வாலிபர்கள் அனைவரும் காங்கிரஸின் இந்த ஒப்பந்தத்தை எதிர்த்தாகவேண்டும். ஒத்துழையாமை இயக்கத்தை

நிறுத்தியது முட்டாள்தனத்தோடு கூடிய அசட்டுத்தனம் என்பதையும் தெளிவுபடுத்தியாகவேண்டும்.

காங்கிரஸ் கட்சிக்குத் தகுந்த திட்டங்கள் கிடையாது. திட்டங்கள் போராட்ட அடிப்படையிலும் இல்லை. மாறாக, காலத்துக்கு ஏற்றாற்போல் மாற்றி அமைக்கப்படுகின்றன.'

மிகக் கடுமையான பதங்களை உபயோகிக்கவும் அவர் தயங்கவில்லை.

29-ம் தேதி மாநாடு மீண்டும் கூடியது. இறந்தவர்களுக்குத் துக்கம் அனுஷ்டிப்பது என்று முடிவானது. நேரு அறிக்கையை வாசிக்கத் தொடங்கினார்.

'தண்டிக்கப்பட்டவர்களின் செய்கையைக் காங்கிரஸ் ஏற்காவிட்டாலும், அவர்களின் தேசபக்தியைக் காங்கிரஸ் பாராட்டுகிறது. அவர்கள் தூக்கிலிடப்பட்டதற்கு வருந்துகிறோம்.'

விருட்டென்று எழுந்தார் போஸ். 'காங்கிரஸ் ஏற்காவிட்டாலும் என்று சொல்வது முறையல்ல. இந்தப் பதத்தை உடனடியாக நீக்க வேண்டியது அவசியம்.'

போஸின் யோசனை நிராகரிக்கப்பட்டது. அதற்குக் காரணம் காந்தி என்று போஸுக்கு நன்றாகவே தெரியும். ஒரு வார்த்தையும் பேசாமல் மாநாட்டை விட்டு வெளியேறினார் போஸ்.

கூட்டத்தில் சொல்ல முடியாத விஷயங்களைத் தன் மனத்துக்குள் போட்டுக் குழப்பிக்கொண்டு விம்மினார் போஸ்.

'காந்தியின் அகிம்சை கொள்கை வறட்டுத்தனமானது. சர்க்கார் தூக்கிலிட்ட பகத்சிங், ராஜகுரு, சுகதேவ் மூவரும் தூய்மையான தேசபக்த வீரர்கள். அவர்கள் தண்டிக்கப்பட்டது நம் நாட்டுக்கு ஏற்பட்ட பெரும் இழப்பு. தண்டனையை ரத்து செய்கிறோம், தாமதப்படுத்துகிறோம் என்று சொல்லிக்கொண்டு ஒருவருக்கும் தெரியப்படுத்தாமல் சர்க்கார் இவர்களைத் தூக்கிலிட்டிருப்பது நம்பிக்கை துரோகத்தின் உச்சக்கட்டம். காந்தி வேண்டுமானால் அகிம்சைக் கொள்கையைத் தூக்கிப்பிடித்துக்கொண்டாடலாம். ஆனால் அதற்காக, பகத்சிங் போன்ற இளைஞர்களை அவர் குறைத்து மதிப்பிடக் கூடாது.'

'பகத்சிங்கைக் காங்கிரஸ் ஏற்காவிட்டாலும்' என்று எதற்காக அவர் சொல்லவேண்டும்?

இதேபோல்தான் ஜாதின்தாஸ் மரணமும் காந்தியால் புறக்கணிக்கப்பட்டது.

வங்காளத்தைச் சேர்ந்தவர் ஜாதின்தாஸ். அரசியல் கைதிகளைக் குற்றவாளிகளைப் போல் நடத்தக் கூடாது, அவர்களுக்கான மரியாதையைக் கொடுக்க வேண்டும் என்று முறையிட்டு, தனது உண்ணாவிரதத்தைத் தொடங்கினார் ஜாதின்தாஸ். 63 நாள்கள் வரை இந்த உண்ணாவிரதம் தொடர்ந்தது. எந்தவித சமரசமும் செய்யாத சூழலில் 1929 செப்டம்பர் 13-ம் தேதி ஜாதின்தாஸ் இறந்துபோனார்.

காந்தி இவரைக் கண்டுகொள்ளவேயில்லை. தனது யங் இந்தியா பத்திரிகையில் ஒரு வரி கூட எழுதவில்லை. ஏன் என்று கேட்கப்பட்டபோது அவர் அளித்த பதில் இதுதான்.

'நான் எழுதியிருந்தாலும் தாசின் மரணத்தைப் பற்றிக் குறைவாக மதிப் பிட்டுத்தான் எழுதியிருப்பேன். எனவே யங் இந்தியாவில் இதைப் பற்றி எழுதவே இல்லை.'

●

போஸ் எதிர்பார்த்தபடியே காந்தி-இர்வின் ஒப்பந்தத்தை சுக்கல் நூறாகக் கிழித்து குப்பைத் தொட்டியில் போட்டது சர்க்கார். லார்ட் இர்வின் புறப் பட்டுப் போயே போய்விட்டார். வெலிங்டன் வைசிராய் ஆனார். கைதிகளுக்கு விடுதலை மறுக்கப்பட்டது. அரசியல் கைதிகளும், பிற கைதிகளும் ஒன்றுபோலவே நடத்தப்பட்டனர்.

●

இருதயமே வெடித்துவிடும் போல் இருந்தது போஸுக்கு.

அடுத்தடுத்து நடந்த பல மாற்றங்கள் அவரைத் தளரச் செய்தன. இப்படி யெல்லாம் கூட விசித்திரங்கள் நடக்குமா?

இரண்டாம் வட்ட மேஜை மாநாட்டுக்கு வாருங்கள் என்று பிரிட்டன் அழைத்தது. சரி வருகிறேன் என்று காந்தியும் ஒப்புக்கொண்டார். செப்டம்பர் 7, 1931 அன்று லண்டனில் இரண்டாம் வட்ட மேஜை தொடங்கியது. பரிபூரண சுதந்தரம் வேண்டும் என்றார் காந்தி. ஒப்புக்கொள்ள முடியாது என்றது பிரிட்டன். எந்தவித உடன்படிக்கையும் ஏற்படாததால் டிசம்பர் 1 அன்று மாநாட்டை முடித்துக்கொண்டனர்.

காந்தி மீண்டும் சட்ட மறுப்பு இயக்கத்தைத் தொடங்கினார். உத்தரபிர தேசத்திலும், வங்கத்திலும் வன்முறை கட்டவிழ்த்துவிடப்பட்டது. வழக்கம் போல் தலைவர்கள் கைது செய்யப்பட்டனர். காங்கிரஸின் போராட்டங்களை நசுக்குமாறு வெலிங்கடன் கட்டளையிட்டார்.

போஸுக்குக் கண்கள் இருட்டிக் கொண்டு வந்தன.

'சுபாஷ் அடுத்து என்ன செய்வதாக உத்தேசம்?' என்றனர் நண்பர்கள்.

போஸ் தெளிவற்ற குரலில் பேசினார்.

'எந்த வழியில் இனி என் போக்கு போகும் என்று எனக்கே தெரியவில்லை. எப்படி இருந்தாலும் அதைக் குறித்து நான் கவலைப்படப்போவதில்லை.'

●

அடுத்த நான்கு மாதங்களில் சர்க்காரால் கைது செய்யப்பட்டவர்களின் எண்ணிக்கை 80,000.

1932 ஜனவரி முதல் வாரத்தில் போஸ் கைது செய்யப்பட்டார். மத்தியப் பிரதேசத்தில் உள்ள சியோனி என்னும் பகுதியிலுள்ள சிறையில் இவர் வைக்கப்பட்டார். ஒரு சில வாரங்களில் அவரது சகோதரர் சரத் சந்திராவையும் கைது செய்தனர். கல்கத்தாவில் வழக்கறிஞராக அவர் பணியாற்றிக் கொண்டிருந்தார். எந்தவொரு பிரச்னையாக இருந்தாலும் தன் சகோதரனிடம் ஆலோசனை கேட்பது போஸின் வழக்கம். இந்த இருவரையும் கைது செய்து அவர்களை ஒன்று சேர்த்து வைக்கும் புண்ணியத்தைக் கட்டிக்கொண்டது பிரிட்டன்.

சிறை இருவரையும் வாட்டி வதைத்தது. மனத்தளவில் முன்னரே பாதிக்கப் பட்டிருந்த போஸ் துவண்டுபோனார். அவரது மோசமான உடல்நிலையைக் கண்டு சிறை நிர்வாகமே கலக்கம் அடைந்தது. சியோனியிலிருந்து அவரை ஜபல்பூருக்கு மாற்றினார்கள். முன்னேற்றம் இல்லை. ஒவ்வொரு சிறையாக மாற்றிக்கொண்டே வந்தார்கள். பயனில்லை.

இனி ஒரு நிமிஷம் சிறையில் வைத்திருந்தாலும் விஷயம் விபரீதமாகிவிடும் என்கிற கட்டத்தில், வேறு வழியில்லாமல் போஸை ஐரோப்பாவுக்கு அனுப்பி வைக்க, சிறை நிர்வாகம் ஒப்புக்கொண்டது. மருத்துவ செலவு களுக்கு, சல்லி பைசா கூடக் கொடுக்க மாட்டோம் என்று முதலிலேயே கைவிரித்துவிட்ட பிறகு அவரை வெளியே விட்டது.

இந்தியாவைவிட்டு வெளியேறுவதற்கு முன்னால் தனது பெற்றோரை ஒரு முறை பார்க்க வேண்டும் என்று போஸ் விரும்பினார். ஆனால் அனுமதி மறுக்கப்பட்டது.

பிப்ரவரி 13, 1933 அன்று போஸ் ஐரோப்பா நோக்கிப் பயணமானார்.

8. மறக்க முடியாத வியன்னா

சர்தார் வல்லபபாய் படேலின் சகோதரர் பி.ஜே. படேல் வியன்னாவில்தான் அப்போது சிகிச்சை எடுத்துக் கொண்டிருந்தார். போஸும் அவருடன் தங்கிக் கொண்டார். சிறந்த மருத்துவ சேவைக்கு வியன்னா பெயர் பெற்றிருப்பது பொருத்தமானதுதான் என்று போஸ் நினைத்துக் கொண்டார்.

மருத்துவர்கள் அவரைக் கண்ணும் கருத்துமாகக் கவனித்துக் கொண்டனர். வெகு சீக்கிரத்தில் போஸின் உடல்நிலை தேறியது.

சுறுசுறுப்புடன் இயங்க ஆரம்பித்தார். போலந்து, செக்கஸ்லோவாக்கியா, ஹங்கேரி, இத்தாலி, சுவிட்சர்லாந்து, ஜெர்மனி, பிரான்ஸ் என்று ஐரோப்பா முழுவதும் சூறாவளியாகச் சுற்றினார்.

'ஜெர்மனிக்கும் இங்கிலாந்துக்கும் மட்டும் போகவே கூடாது' என்று பிரிட்டிஷ் சர்க்கார் முன்னரே போஸை எச்சரித்திருந்தது. காரணம் இந்த இரு நாடுகளிலும் இந்திய மாணவர்கள் மிகுதியான அளவில் தங்கியிருந்தனர். போஸோ ஒரு தீவிரவாதி. இந்திய மாணவர்களைப் பார்த்ததும், இவர் ஏதாவது பேசப்போய் அவர்களும் போஸுடன் இணைந்து ஏதாவது ஆபத்தான வேலையில் ஈடுபட்டால் என்ன செய்வது?

ஊர் சுற்றிப் பார்ப்பதல்ல அவரது பயணத்தின் நோக்கம். ஒவ்வொரு நாட்டின் அரசியல் அமைப்பையும் அரசாங்கம் செயல்படும் விதத்தையும் கூர்மையுடன் கவனித்தார்.

மார்ச் 6, 1933 வெனிஸ் வந்து சேர்ந்தார்.

வெனிஸ் வாசிகளுக்கு போஸ் ஓரளவுக்குப் பரிச்சயமானவராக இருந்தார். இந்தியாவின் முக்கியத் தலைவர், காங்கிரஸ் கட்சி பிரமுகர் என்கிற அளவில் அவரைச் சற்று மரியாதையோடு பார்த்தனர். இத்தாலிய ஹிந்துஸ்தான் அமைப்பு அவரைத் தடபுடலாக வரவேற்றது. எங்கோ போயிருந்தாலும் போஸ், இந்தியாவைத் தொடர்ந்து கண்காணித்துக்கொண்டே இருந்தார்.

காந்தி, ஒத்துழையாமையைக் கைவிட்டுவிட்டார் என்றும் ஹரிஜன சேவையில் இறங்கிவிட்டார் என்றும் செய்திகள் வந்தன. வியன்னாவி லிருந்தபடியே ஓர் அறிக்கையை வெளியிட்டார் போஸ்.

'மகாத்மா தனது ஒத்துழையாமை இயக்கத்தை நிறுத்தியதன் மூலம் தனது தோல்வியைத் தானே ஒப்புக்கொண்டிருக்கிறார். தேசியத் தலைவர் என்ற முறையில் காந்திஜி நமக்கு ஒரு தோல்வியாகவே விளங்குகிறார்.

காங்கிரஸைப் புதுப்பிக்கவேண்டிய காலம் நெருங்கி விட்டது. புதிய கொள்கைகளை நாம் உருவாக்கவேண்டும். அதற்கு ஒரு புதிய தலைவர் இருக்க வேண்டியது அவசியம். காந்திஜி, நீண்ட காலமாக ஒரு கொள்கையைக் கடைப்பிடித்து வருகிறார். அந்தக் கொள்கையிலிருந்து அவர் வெளியேறி ஒரு மிகப்பெரிய போராட்டத்தை நடத்துவார் என்று நாம் எதிர் பார்க்கமுடியாது.

காங்கிரஸையே புதுப்பித்து அமைத்து விட்டால், தேசத்துக்கே அது பெரும் நன்மையாகும். தவறினால் காங்கிரஸுக்குள்ளே ஒரு புதுக் கட்சி தோன்றும்.'

ஜூன் மாதம் லண்டனில் நடைபெற்ற இந்தியர்களின் மாநாடு ஒன்றில் கலந்துகொள்ளும்படி, போஸுக்கு அழைப்பு வந்தது. ஆனால் போஸைப் போகவிடாமல் பிரிட்டிஷ் தடுத்து நிறுத்தியது. போஸ் தனது மாநாட்டு உரையை மட்டும் அனுப்பி வைத்தார்.

'நமது போராட்டத்துக்கு ஒரு கவர்ச்சி இல்லை. ராஜதந்திரம் துளிகூட கிடையாது. காந்தி இர்வினுடன் செய்துகொண்ட ஒப்பந்தம் தவறான ஒன்று. சட்ட மறுப்பை நிறுத்தியதும் பெரிய தவறு. தேசத்துக்கே பெரும் தீங்கு. கடந்த 13 ஆண்டு காலமாக நாம் செய்து வரும் பணிகள், அனுபவித்து வரும் சிரமங்கள், செய்யும் தியாகங்கள் அனைத்தும் வீணாகிவிட்டன.

பிரிட்டன் வேறு ஒரு நாடு. நமக்கும் அவர்களுக்கும் சம்பந்தமே கிடையாது. அவர்களுடன் எதற்காக நாம் சமரசம் செய்துகொள்ள வேண்டும்? இப்படிப் பட்ட ஓர் எண்ணம் நமக்கு ஏற்பட்டிருக்கவே கூடாது. இல்லையா?

இனி நாம் செய்ய வேண்டியது ஒன்றுதான். மாபெரும் போராட்டத்துக்கு நாம் தயாராக வேண்டும். கூடிய விரைவில்.'

1934-ல் ஆஸ்திரியாவிலுள்ள பாட்கஸ்டீன் (Badgastein) என்னும் பகுதியில் தான் போஸ் எமிலியை முதல் முதலாகச் சந்தித்தார். போஸின் காரியதரசியாக எமிலி நியமிக்கப்பட்டிருந்தார். எமிலி ஓர் ஆஸ்திரியப் பெண். வசதி குறைவான குடும்பத்தைச் சேர்ந்தவர்.

பெரும்பாலும் கடிதங்கள் மூலமாகவே போஸ் எமிலிக்குச் சிறு சிறு பணிகளை ஒதுக்குவார். இவர்கள் சந்தித்துக் கொள்வது அரிதாகவே இருக்கும். 'இந்தியாவிலிருந்து அவசரமாக ஒரு புத்தகம் தேவைப்படுகிறது. எப்படியாவது வாங்கி இந்த முகவரிக்கு அனுப்பு' என்று எழுதுவார்.

தலையே வெடித்தாலும் எப்படியாவது அந்தப் புத்தகத்தை வாங்கி போஸுக்கு அனுப்பிவைப்பார் எமிலி.

உலகின் எந்த மூலைக்குச் சென்றாலும் எமிலிக்குக் கடிதம் எழுதுவதை மட்டும் போஸ் நிறுத்திக்கொள்ளவேயில்லை. 1934 முதல் 1942 வரை இருவரும் பறிமாறிக்கொண்ட கடிதங்களின் எண்ணிக்கை மட்டுமே 162.

'காளிதாசரின் சகுந்தலா நாடகத்தை கதே (Goethe) ஜெர்மானிய மொழியில் மொழிபெயர்த்திருக்கிறார் என்று நினைக்கிறேன். கீழ்கண்ட செய்யுளை மட்டும் ஜெர்மனியில் அனுப்புவாயா?' என்று ஒரு செய்யுளை அனுப்புவார். எமிலி எங்கிருந்தோ கதேவின் புத்தகத்தைத் தேடிப்பிடிப்பார். 'நல்ல வேளையாக கதே புத்தகம் கிடைத்துவிட்டது. இதோ நீங்கள் கேட்ட ஜெர்மானிய செய்யுள். ஜெர்மனியில் சகுந்தலாவைச் சாகுந்தலா என்றுதான் சொல்வார்கள்!' என்று எழுதி அனுப்புவார்.

ஒரு பத்திரிகையாளராக வேண்டும் என்ற கனவு எமிலியிடம் இருந்தது. எமிலிக்கு அந்த ஆசையைத் தூண்டிவிட்டது வேறு யாருமல்ல, போஸ்தான். ஆஸ்திரியப் பெண்ணான எமிலிக்கு ஆங்கிலம் அவ்வளவாக வராது. இருந்தாலும், அவரைத் தொடர்ந்து ஆங்கிலத்தில் எழுதும்படி ஊக்குவிப்பார் போஸ். எந்தெந்தப் பத்திரிகைகளுக்கு எந்த மாதிரியான கட்டுரைகளை அனுப்ப வேண்டும் என்று தெளிவாகக் குறிப்பிடுவார். தான் வாசிக்கும் செய்தித்தாளிலிருந்து தேவைப்படும் செய்திகளைக் கத்திரித்து அனுப்புவார். 'இந்தச் செய்தியைக் கட்டுரையாக மாற்றி சென்னையிலுள்ள தி ஹிந்துவுக்கு அனுப்பு. அவர்கள் கட்டாயம் இதை விரும்புவார்கள்!' என்று எழுதி அனுப்புவார். முக்கிய வரிகளை அடிக்கோடிட்டு அனுப்புவார். இந்தியப் பெயர்களுக்குத் தகுந்த ஆங்கிலப் பதங்களைத் தெளிவாகக் குறிப்பிடுவார்.

இந்தியப் போராட்டம் எனும் புத்தகத்துக்கு நவம்பர் 29, 1934-ல் போஸ் எழுதிய முன்னுரையில் அவர் குறிப்பாக நன்றி தெரிவித்திருந்தது எமிலிக்கு மட்டுமே.

ஒரு முறை பால்கன் யுத்தம் பற்றி ஒரு கட்டுரை எழுதிப் போஸின் பார்வைக்கு அனுப்பியிருந்தார் எமிலி. அதை வாசித்துப் பார்த்த போஸ் பொரிந்து தள்ளி விட்டார். 'உன்னிடமிருந்து இப்படி ஒரு கட்டுரையை நான் எதிர்பார்க்க வில்லை. உன் ஆங்கிலம் மிக மிக மோசமாக இருக்கிறது. உன்னுடைய மொழிநடை சரியில்லை. நீ குறிப்பிடும் விவரங்கள் தவறு' என்று தொடங்கி எமிலி செய்த ஒவ்வொரு தவறையும் வரிசையாகச் சுட்டிக்காட்டுகிறார் போஸ்.

ஆனால் அடுத்த கடிதத்திலேயே அமைதியாகிவிடுகிறார். 'ஆங்கிலம் உன்னுடைய சொந்த மொழி அல்ல என்று எனக்குத் தெரியும். ஆனால் அப்படியிருந்தும் நீ ஓரளவுக்கு நல்ல ஆங்கிலத்தையே பயன்படுத்துகிறாய். உனக்கு ஆங்கிலம் தெரிந்த அளவுக்கு எனக்கு ஜெர்மனி தெரிந்திருந்தால் மிக நன்றாக இருந்திருக்கும்!' என்று ஆச்சரியப்படுகிறார்.

இயன்றபோதெல்லாம் எமிலிக்குப் பணம் அனுப்புவதை வழக்கமாகக் கொண்டிருந்தார் போஸ். தேவைக்கு மீறி எமிலி எப்போதாவது செலவு செய்தால் அவரைக் கடிந்து கொள்ளவும் போஸ் தயங்கியதில்லை. 'என்னுடைய கருப்பு மேல் கோட்டை அனுப்பு' என்று கேட்பார். எமிலி அவசர அவசரமாக அதை எக்ஸ்பிரஸ் தபாலில் அனுப்பிவைப்பார். 'இதை ஏன் எக்ஸ்பிரஸில் அனுப்பினாய். இது அவ்வளவு முக்கியமா? ஏன் அநாவசியமாகப் பணத்தை வாரி இறைக்கிறாய்?' என்று கத்துவார். பிறகு, அமைதியாகி, 'விஸ்வேஸ்வரய்யாவின் இந்தியப் பொருளாதாரம் புத்த கத்தை ஏதோ ஒரு பெட்டியில் வைத்திருக்கிறேன். தேடியெடுத்து அனுப்பி வைக்கவும்!' என்பார்.

'இங்கு பொழுதே போகவில்லை. ஒரு கிராமஃபோன் கருவி மட்டும் இருக்கிறது. ஏதாவது நல்ல ரெக்கார்டுகள் இருந்தால் சொல்' என்று ஆலோசனை கேட்பார். 'விவேகானந்தரின் படைப்புகளைப் படி. பகவத் கீதை படி. பெரும்பாலும் உனக்குப் புரியாது. எனக்கே கீதையில் பல பகுதிகளுக்குப் பொருள் தெரியாது. இருந்தாலும், இயன்ற வரை புரிந்து கொள்ள முயற்சி செய்!' என்று உற்சாகமூட்டுவார்.

உலகில் எந்த மூலையில் எது நடந்தாலும், அதைப் பற்றித் தெரிந்து கொள்வதில் அதிக ஆர்வம் கொண்டிருந்தார். எல்லா நாட்டுப் பத்திரிகை களையும் தேடிப் பிடித்துப் படித்தார்.

ஒரு முறை எமிலி, அதிர்ஷ்டம் அளிக்கும் சில இலைகளைக் கத்தரித்து போஸுக்கு அனுப்பியிருந்தார். 'இதை வைத்துக்கொண்டால் அதிர்ஷ்டம் கிடைக்கும். நான் பரிசோதித்துப் பார்த்துவிட்டேன். உங்களுக்காக இப்போது இந்த இலைகளை அனுப்பி வைத்திருக்கிறேன். தங்களுடைய பர்ஸில் வைத்துக்கொள்ளவும்' என்று எழுதியிருந்தார்.

போஸ் அளித்த பதில் இதுதான். 'இந்தியாவில் குவியல் குவியலாக மூடநம்பிக்கைகள் நிறைந்திருக்கின்றன. எனக்கு அவற்றில் எதுவொன்றின் மீதும் நம்பிக்கை இருந்ததில்லை. இந்தியா மட்டும்தான் மூடநம்பிக்கைக்குச் சொந்தமான நாடு என்று இதுவரை நினைத்திருந்தேன். ஆனால் உனக்கும் கூட இப்படி சில நம்பிக்கைகள் இருக்கும் என்பது சுவாரசியமாக உள்ளது. உன்னுடைய உணர்வுகளை எந்த வகையிலாவது காயப்படுத்தியிருந்தால் மன்னிக்கவும்.'*

போஸ் எமிலியை எத்தனை ஆழமாகக் காதலித்தார் என்பதைத் தெரிந்து கொள்ள ஜனவரி 25, 1935 அன்று அவர் எழுதிய இந்த ஒரு கடிதம் போதும்.

'உன்னுடைய தொலைபேசி எண்ணை மறந்து விட்டிருப்பேன் என்று நினைக்கிறாயா? அதெப்படி முடியும்?'

---

* டார்ஜிலிங்கிலிருந்து ஆகஸ்ட் 29, 1936-ல் எழுதிய கடிதத்திலிருந்து

அடுத்த வரியில் போஸ் இப்படி எழுதுகிறார்.

‘என்னுடைய பிறந்த நாளை எனக்கு நினைவூட்டியதற்கு மிக்க நன்றி. என்னுடைய பிறந்த நாள் என்றைக்கு என்பதே எனக்கு மறந்து விட்டது!’

•

ஆஸ்திரியா, அயர்லாந்து, பிரான்ஸ் என்று பல நாடுகளுக்குச் சுற்றுப்பயணம் மேற்கொண்டார். செக்கஸ்லோவாக்கியா, போலந்து போன்ற புதிய நாடுகளை ஆர்வமுடன் கண்டுகொண்டார். புதிதாக மலர்ந்த ஒரு நாடு எப்படி இயங்குகிறது என்பதைத் தெரிந்துகொள்ள அவருக்கு அதிக ஆர்வம் இருந்தது.

அயர்லாந்து மீது போஸுக்குத் தனிப்பட்ட பிரியம் இருந்தது. பிரிட்டனை எதிர்த்து நின்று வெற்றி பெற்ற நாடு என்றால் சும்மாவா? இன்னொரு அயர்லாந்தாக இந்தியாவால் மாற முடிந்தால் எத்தனைச் சுகமாக இருந்திருக்கும்?

நான்கு நாடுகளை அவர் குறித்து வைத்துக் கொண்டார். சோவியத் ரஷ்யா, ஜெர்மனி, இத்தாலி மற்றும் ஜப்பான். இந்தியாவுக்கு உதவ ஏதாவதொரு அந்நிய சக்தி தேவை என்னும் பட்சத்தில் இந்த நான்கு நாடுகளில் ஒன்றால் மட்டுமே அது சாத்தியம் என்று அவருக்குத் தோன்றியது.

போஸ் ஜெர்மனி வந்து சேர்வதற்கு முன்னால் அவரைப் பற்றிய ஒரு குறிப்பை, கல்கத்தாவிலுள்ள ஜெர்மன் கவுன்சில் அனுப்பி வைத்திருந்தது. ‘இவர் ஒரு மதிப்புவாய்ந்த இந்தியத் தலைவர். மருத்துவ வசதி பெற வியன்னாவிலிருந்து ஜெர்மனி வர விரும்புகிறார்.’

வார்சாவிலிருந்து பெர்லினுக்கு ரயிலில் வந்து சேர்ந்தார் போஸ்.

ஜெர்மனி போராட்டக் களமாகக் காட்சியளித்தது. ஹிட்லரைப் பற்றி போஸ் முழுவதுமாக அப்போது அறிந்திருக்கவில்லை. ஹிட்லரின் Mein Kampf புத்தகத்திலிருந்து அவரைப் பற்றிய ஒரு மதிப்பீட்டை போஸ் உருவாக்கி வைத்திருந்தார். அந்த மதிப்பீடு நல்லபடியாகவே இருந்தது.

ஐரோப்பாவில், இந்தியாவைப் பற்றியும், இந்தியர்களைப் பற்றியும் பிரிட்டன் பல புளுகு மூட்டைகளைக் கட்டி வைத்திருக்கும். அவற்றைச் சரி செய்துவிடலாம் என்று போஸ் நம்பினார்.

•

முதன் முதலில் ஜனவரி 1935-ல் ரோமில் வைத்து முசோலினியைச் சந்தித்தார் போஸ். (லோதர் பிராங் (Lothar Frank) என்பவர் இந்தச் சந்திப்புப் பற்றி எழுதியிருக்கிறார்)

‘இந்தியா விரைவில் சுதந்தரம் அடையும் என்று நீங்கள் நினைக்கிறீர்களா?’ என்றார் முசோலினி.

‘நிச்சயமாக.’

‘இந்திய சுதந்தரத்துக்கான போராட்டம் தொடங்கிவிட்டதா?’

‘ஆமாம்.’

‘நீங்கள் அறவழிப் போராட்டத்தைச் சார்ந்தவரா அல்லது புரட்சிகர இயக்கத்தைச் சார்ந்தவரா?’

‘புரட்சிகர இயக்கத்தை நம்புபவன்.’

‘ஓ! அப்படியானால் உங்களுக்கு வெற்றி வாய்ப்பு அதிகம்’

‘நன்றி’

1936 தொடக்கத்தில் போஸ் பரிபூரணமாகக் குணம் அடைந்தார். உடனே இந்தியா திரும்பவேண்டும் என்பது அவருடைய விருப்பம். ஆனால் பிரிட்டன் அனுமதி அளிக்க மறுத்தது. மீறி இந்தியாவுக்குள் காலடி எடுத்து வைத்தால் சிறை உறுதி என்று ஒரு மிரட்டல் கடிதம் வேறு அனுப்பினர்.

பிரிட்டனின் எச்சரிக்கையை மீறி மார்ச் மாதம் பம்பாய் வந்து இறங்கினார் போஸ். துறைமுகத்தில் கால் பதித்ததுதான் தாமதம். கையோடு பிடித்துச் சென்று சிறையில் அடைத்தனர். பிறகு அங்கிருந்து அவரை அழைத்துச் சென்று டார்ஜீலிங்கில் உள்ள குர்சியோங் (Kurseong) என்னும் பகுதியில் உள்ள சரத் சந்திராவின் வீட்டில் காவல் வைத்தனர். முன்னரே விடுதலையாகியிருந்த சரத் சந்திரா அப்போது பெங்கால் காங்கிரஸ் தலைவராக இருந்தார்.

வீட்டுக்காவலிலிருக்கும் போஸை உடனடியாக வெளியில் விடவேண்டும் என்று மக்கள் போராடத் தொடங்கினார்கள். மே மாதம், இந்தியா முழுவதும் முழு நேர வேலை நிறுத்தம் மேற்கொண்டனர். போஸ் விடுதலை செய்யப்பட்டார்.

1937 இறுதியில் அகில இந்திய காங்கிரஸ் கமிட்டி கூட்டப்பட்டபோது போஸ்தான் அடுத்த காங்கிரஸ் தலைவர் என்று பலரும் பேசிக்கொண்டனர்.

•

இந்தியாவில் போஸ் இரண்டு தொல்லைகளை அவ்வப்போது எதிர்கொள்ள வேண்டியிருந்தது. ஒன்று, சர்க்கார். சற்று பலமாக மூச்சு விட்டால் கூட தீவிரவாதி என்று சொல்லி உள்ளே வைத்துவிடுகிறார்கள். நான்கு பேருடன் நின்று பேசினால் தீவிரவாதம் வளர்க்கிறாய் என்கிறார்கள்.

இரண்டாவது தொல்லை, நோய். குணமடைந்தது போல் இருக்கும். ஒரு சில மாதங்களில் மீண்டும் சுருண்டு படுக்க வைத்துவிடும். எழுந்திருக்கவே முடியாது. மருத்துவர்கள் வருவார்கள், பார்ப்பார்கள், மருந்து மாத்திரை கொடுப்பார்கள். ஆனால் பலன் இருக்காது.

அனைத்து பரிசோதனைகளையும் செய்து முடித்த பிறகு கடந்த முறை சொன்ன அதே அறிவுரையை மீண்டும் சொன்னது மருத்துவ குழு.

‘நீங்க திரும்பவும் வியன்னா போவதுதான் சரி.’

வேறு வழியே இல்லை. திரும்பவும் வியன்னா சென்றார். இந்த முறை வியன்னா அவருக்கு மிகவும் பரிச்சயமாகிப்போன இடமாக மாறியிருந்தது. சொல்லி வைத்ததைப் போல் உடல்நிலை தேறியது.

மனத்துக்கு இதமளிக்கும் ரம்மியமான இடம். படுக்கையில் சாய்ந்தபடியே பல மாதங்களை இனிமையாகக் கழிக்கலாம். ஆனால் போஸால் முடிய வில்லை. சற்று தேவலை என்று மருத்துவர்கள் சொல்லி முடிப்பதற்கு முன்னால் துள்ளி எழுந்துவிட்டார். போர்வையைச் சுற்றிப் பரணில் ஏற்றிவிட்டு, புத்தகக் கட்டுகளைப் பிரிக்கத் தொடங்கிவிட்டார். வாசிப்பது, பல நாடுகளுக்குச் சென்று பார்வையிடுவது, அந்த நாடுகளில் உள்ள இந்தியர்களைச் சந்தித்து பேசுவது, போராட்டத்துக்கு அவர்களைத் தயார் படுத்துவது இவைதான் அவர் தனக்குத் தானே இட்டுக்கொண்ட பணிகள்.

பரபரவென்று வேலையைத் தொடங்கினார். பிரான்ஸ், ஸ்விட்ஸர்லாந்து, இத்தாலி என்று வளைய வந்தார். ரோமாபுரியில் பாஸிஸ வாலிபப் படையின் அணிவகுப்புகளைப் பார்வையிட்டார். An Indian Pilgrim என்னும் தலைப்பில் பத்து நாள்களில் தனது சுயசரிதையை (முழுமையானது அல்ல) எழுதி முடித்தார். ஜனவரி 1938-ல் லண்டன் சென்றார். அயர்லாந்து சென்றார். அவரது ஆஸ்தான நாயகரான டிவலேராவைச் சந்தித்தார்.

இந்தியாவின் பிரதிநிதியைப் போல் ஐரோப்பா முழுவதும் சுற்றிக் கொண்டிருந்த இந்த இளைஞனை அனைவரும் ஆச்சரியத்துடன் பார்த்தனர். ‘மான்செஸ்டர் கார்டியன்’ தனது வியப்பை இப்படிப் பதிவு செய்தது. ‘தன்னைச் சந்திக்கும் ஒவ்வொருவரையும் போஸ் நிமிஷத்தில் கவர்ந்து விடுகிறார். இந்தியா, இந்தியா, இந்தியா. இந்தியாவைத் தவிர வேறு எதுபற்றியும் அவர் பேசுவதில்லை.’

‘அடுத்த காங்கிரஸ் தலைவர் இவர்தான்’ என்று ஐரோப்பிய பத்திரிகைகளும் எழுதத்தொடங்கின. இவரைப் பேட்டி காண பல பத்திரிகையாளர்கள் ஓடி வந்தனர்.

‘அடுத்த காங்கிரஸ் தலைவர் நீங்கள்தான் என்று பேசிக் கொள்கிறார்கள்.’

‘பார்ப்போம். இது மகத்தான கௌரவம். இதைப் பெற எனக்கு யோக்யதை உண்டு என்று நான் எண்ண மாட்டேன். தேசம் எனக்கு மனமுவந்து பெருமை அளித்திருக்கிறது. இந்திய தேசியப் போராட்டத்தின் முன்னணியில் நின்று போராடிய இந்திய வாலிபர்களைக் கவுரவிக்கும் செயல் இது.’

‘தலைவர் ஆன பிறகு என்ன செய்ய உத்தேசித்திருக்கிறீர்கள்?’

‘மக்களை ஒன்றுதிரட்டி அவர்களது பலத்தைக் கூட்டவேண்டிய முக்கிய பணி காங்கிரஸுக்கு இருக்கிறது. பிரிட்டனுக்கு எதிராக ஒரு மாபெரும் சக்தியை உருவாக்கவேண்டும். விரைவில் இது நடக்கும்.’

'உங்களது உடனடித் திட்டம் என்னவாக இருக்கும்?'

'என்னால் இப்போது உறுதியாகக் கூற முடியாது. ஆனால் ஒரு விஷயம் நிச்சயம். ஏகாதிபத்திய எதிர்ப்பு முன்னணியை முன்பைவிட அதிகமாகப் பலப்படுத்துவோம் என்பது நிச்சயம்.'

'பிரிட்டனை முறியடிக்க முடியும் என்ற நம்பிக்கை உங்களுக்கு இருக்கிறதா?'

'சர்வ நிச்சயமாக.'

'சுதந்தரத்துக்குப் பிறகு?'

'சோஷலிசத்தை நோக்கி தேசத்தை நகர்த்திச் செல்வோம்.'

●

டிசம்பர் 27, 1937-ல் போஸ் எமிலியை ரகசியமாகத் திருமணம் செய்துகொண்டார். தனது நெருங்கிய உறவினர்களுக்குக்கூட தனது திருமணத்தைப் பற்றி எந்த விவரத்தையும் தெரிவிக்கவில்லை போஸ்.

9. தொடக்கம், முடிவு, தொடக்கம்

1938 ஜனவரி இறுதியில் கல்கத்தா வந்து சேர்ந்தார் போஸ். நீண்ட இடை வெளிக்குப் பிறகு அரசியலில் நேரடியாகப் பங்கேற்க முடிவு எடுத்திருந்தார். இந்த முறை அவருக்குப் பிரமாண்டமான வரவேற்பு அளிக்கப்பட்டது. கல்கத்தா மேயராக இருந்தபோது அவர் ஏற்படுத்திய ஆரோக்கியமான மாற்றங்களை யாரும் மறந்துவிடவில்லை. போஸுக்குப் பிறகு அப்படி ஒரு தலைவர் அவர்களுக்குக் கிடைக்கவும் இல்லை.

சுறுசுறுப்புடன் தனது பணிகளை ஆரம்பித்தார் போஸ். 51வது காங்கிரஸ் மகா சபை ஹரிபுராவில் கூடுவதாக இருந்தது. இந்த மாநாட்டில் வாசிப்பதற்கு ஒரு நீண்ட உரையைத் தயார் செய்ய வேண்டியிருந்தது. தலைவராகத் தேர்ந் தெடுக்கப்படும் பட்சத்தில் என்னென்ன திட்டங்களை வைத்திருக்கிறோம், அவற்றை எவ்வாறு செயல்படுத்தப்போகிறாம் உள்ளிட்ட முக்கிய சங்கதிகள் அனைத்தும் இந்த உரையில் இடம்பெற்றிருக்க வேண்டும். அதிக நேரம் பிடிக்கும் வேலை இது. ஒரு குழுவாக அமர்ந்து பேசி, விவாதித்து, திட்டமிட்டு ஒவ்வொன்றாக பட்டியலிட்டால் கூட சில நாள்கள் பிடிக்கும்.

ஆனால் போஸுக்கு அதற்கெல்லாம் அவகாசம் இல்லை. அவசியமும் இல்லை. ஒவ்வொரு நிமிஷமும் எதிர்காலத்தைப் பற்றி மட்டுமே சிந்தித்துக் கொண்டிருந்தவர் அவர். காங்கிரஸ் என்ன செய்யவேண்டும், காங்கிரஸ் தலைமை என்ன செய்ய வேண்டும் போன்ற அத்தனை விஷயங்களும் அவருக்கு அத்துப்படி. படுக்கை அறைக்குள் சென்று கதவைச் சாத்திவிட்டு ஒரே இரவில் பக்கம் பக்கமாக எழுதத்தொடங்கினார். மறுநாள் வீங்கிப் போன முகத்துடன் கதவைத் திறந்தார். உதவியாளர் ஓடி வந்தார்.

'உடனடியாக சரத் சந்தராவிடம் ஒப்படையுங்கள். டைப் செய்து முடித்தவுடன் நேராக ஹரிபுராவுக்குக் கொண்டு வந்துவிடுங்கள்.'

'நீங்கள் ஒரு முறை பார்க்க வேண்டாமா?'

‘அவசியமில்லை.’

ஹரிபுராவில் போஸுக்கு அமோகமான வரவேற்பு அளிக்கப்பட்டது. 51வது மாநாடு என்பதைக் குறிக்கும் வகையில் 51 காளைகளைக் கொண்ட மாபெரும் ரதம் ஒன்றை ஏற்பாடு செய்திருந்தனர். இந்த ரதத்தில்தான் போஸை அமர வைத்து மேடைக்குக் கொண்டு சென்றனர்.

திரண்டிருந்த கூட்டத்தைக் கண்டார் போஸ். எத்தனைப் பெரிய கூட்டம்! எவ்வளவு உற்சாகம்! இந்தச் சக்தியை மட்டும் சரியான முறையில் ஒன்றுதிரட்ட முடிந்தால் பிரிட்டன் எம்மாத்திரம்.

தனது உரையைத் தொடங்கினார் போஸ்.

மனித குலத்தின் இருப்பை, உள்ளது உள்ளபடி படம் பிடிப்பதாக அமைந்தது அந்த உரை. எத்தனையோ பெரிய பெரிய அரசாங்கங்களும் நாகரிகங்களும் இருந்த இடம் தெரியாமல் சிதறிப்போனதைச் சாட்சியங்களோடு முன்வைத்தார். பிரிட்டனின் அசுர சக்திக்குக் காரணம் பல நாடுகளைப் பிரிட்டன் அடிமைப்படுத்தி வைத்திருந்ததுதான் என்று லெனின் கூறியிருந்ததை நினைவுபடுத்தினார்.

பிரிட்டன் ஒரு மாபெரும் சக்தி. அவர்களை நம்மால் ஒன்றும் செய்ய முடியாது என்னும் பழமைவாதக் கருத்தைத் தகர்த்து எறிந்தார்.

‘பிரிட்டன்தான் உலகத்தின் தலைமை என்பது பொய். பல இடங்களில் பிரிட்டன் விழி பிதுங்கி நிற்கிறது. அயர்லாந்தை எடுத்துக்கொள்ளுங்கள். பாலஸ்தீனத்தை எடுத்துக்கொள்ளுங்கள், எகிப்து, இராக் இரு நாடுகளையும் எடுத்துக் கொள்ளுங்கள். இத்தாலியும் ஜப்பானும் பிரிட்டனை மும்முரமாக எதிர்த்துக் கொண்டிருக்கின்றன.

எல்லா நாடுகளையும் விட்டுவிடுங்கள். ரஷ்யா ஒன்றே போதும். ரஷ்யா என்ற பெயரைக் கேட்டாலே ஏகாதிபத்திய நாடுகள் கலங்கி நிற்கின்றன. உலக நாடுகள் அனைத்தும் சுறுசுறுப்புடன் முன்னேறிக்கொண்டிருக்கின்றன. காலம் மாறிக்கொண்டிருக்கிறது...’

தனது தொண்டையைச் செருமிக்கொண்டு இறுதி வாக்கியத்தைப் பேசி முடித்தார் போஸ்.

‘...பிரிட்டனை நாம் சிதறடிக்கவேண்டும், பிரிட்டனின் பலத்தை வீழ்த்த வேண்டும். அப்போதுதான் இந்தியா விடுவிக்கப்படும். இந்தியா மட்டுமல்ல; இந்தியாவைப் போலவே அடிமைப்பட்டிருக்கும் பில நாடுகளுக்கும் அப்போதுதான் சுபிட்சம் கிடைக்கும்.’

காங்கிரஸ் கட்சி உடனடியாகக் கவனம் செலுத்த வேண்டிய விஷயங்கள் இவைதான் என்று பட்டியலிட்டார்.

1. தன்னார்வலர்களை ஊக்குவிக்க வேண்டும். இவர்களது உதவி கொண்டு மக்கள் சக்தியை ஒன்றுபடுத்தவேண்டும்.

2. சுதந்தரத்துக்குப் பிறகு நாட்டை நிர்வகிப்பதற்குத் தேவையான பயிற்சிகளை இப்போதே ஆரம்பித்துவிட வேண்டும். பொறுப்புமிக்க இளைஞர்களை இப்போதே கண்டுபிடித்து அவர்களுக்குத் தகுந்த பயிற்சி அளித்து, தலைமைப் பண்புகளை வளர்த்துவிட வேண்டும்.

3. தொழிற்சங்கங்களும், விவசாயிகள் நல அமைப்புகளும் உருவாக்க வேண்டும்.

4. கட்சிக்குள் உள்ள இடதுசாரி சிந்தனாவாதிகளை ஒரே அணியில் குவிக்க வேண்டும். அவர்கள் சோஷலிசப் பாதையை ஏற்க வேண்டும்

5. பிரத்தியேக வெளியுறவுத் துறையை அமைக்கவேண்டும்

6. பிற நாடுகளுடன் சுமூகமான தொடர்புகள் இருக்க வேண்டும். குறிப்பாக ஆப்கனிஸ்தான், நேபாளம், சீனா, பர்மா, சிலோன், சியாம், மலாய் பகுதிகள்.

போஸ் பேசி முடித்ததும் மக்கள் அவரைச் சூழ்ந்துகொண்டனர். அனைவருக்கும் வண்டி வண்டியாகச் சந்தேகங்கள்.

'பிரிட்டனை நிச்சயம் நாம் வீழ்த்திவிடுவோமா?'

'நிச்சயமாக. நாம் எல்லோரும் ஒன்று சேர்ந்து அவர்களை விரட்டப் போகிறோம்.'

'சோஷலிசம் பற்றி பேசினீர்கள். அது நமக்குத் தேவையா?'

'ஏழ்மை ஒழியவேண்டும், படிப்பறிவு பெறுகவேண்டும் என்றால் சோஷலிசம் தேவை. சோஷலிசம் இல்லாமல் சமூக, பொருளாதார, அறிவியல் வளர்ச்சி இல்லை.'

'காங்கிரஸின் உடனடி நடவடிக்கை என்னவாக இருக்கும்?'

'மக்கள் அனைவரையும் தயார்படுத்துவது.'

'எதற்குத் தயார்படுத்துவது?'

'மிகப் பெரிய தியாகங்களுக்கு.'

'காங்கிரஸின் வழிமுறைகள் எப்படி இருக்கும்?'

போஸுக்குச் சிரிப்பு வந்தது. எல்லோரும் தீவிரவாதி என்று சொல்கிறார்களே, இவரிடம் கட்சி போனால் பிறகு இவர் என்ன செய்வாரோ என்பதுதான் அந்தக் கேள்விக்குப் பின்னால் ஒளிந்திருந்த பயம்.

'ஒத்துழையாமை, சத்தியாகிரகம், அகிம்சை எல்லா முறைகளையும் காங்கிரஸ் பின்பற்றும்.'

'அப்படியென்றால் அகிம்சை வழி போராட்டம் மட்டும்தான் இருக்கும். இல்லையா?'

'இருக்கலாம்.'

*கா*ங்கிரஸ் தலைவராகப் பொறுப்பேற்றுக்கொண்ட மறுநிமிஷமே தனது பணிகளை ஆரம்பித்தார் போஸ். இந்தியாவின் சந்து பொந்துகள் அனைத்தையும் நேரில் சென்று பார்வையிட்டார். திட்டக்குழுக்களைக் கூட்டினார், நிறைய விவாதித்தார். இந்தியாவின் உடனடிப் பிரச்னைகள் என்னென்ன, உடனடி தேவைகள் என்னென்ன என்று பட்டியலிட்டார். இந்து-முஸ்லிம் இருவருக்குமிடையே நல்லுறவு மலர என்ன செய்யலாம் என்று யோசித்தார். ஜின்னாவைப் பல முறை சந்தித்துப் பேசினார். அப்போது முஸ்லிம் லீகின் தலைவராக ஜின்னா இருந்தார். அவர் மூலமாக ஏதாவது செய்ய முடியுமா என்று பார்த்தார். ஆனால் பலனில்லை.

1938 மத்தியில் தேசிய திட்ட மாநாட்டைக் கூட்டினார். இந்த மாநாட்டுக்குத் தலைமை வகிக்குமாறு நேருவிடம் கேட்டுக் கொண்டார். முக்கிய அறிவியல் வல்லுனர்கள், பொருளாதார நிபுணர்கள் போன்றோர் கலந்துகொண்டனர். பல அரசியல் தலைவர்களுக்குக் கூட போஸ் என்ன செய்துகொண்டிருக்கிறார் என்று தெரியவில்லை.

'எதற்காக இந்த மாநாடு? அறிவியல் ஆள்களும் பொருளாதார ஆள்களும் என்ன செய்யப் போகிறார்கள்? அரசியலுக்கும் அவர்களுக்கும் என்ன சம்பந்தம்?'

'ஒரு வலிமையான இந்தியாவை உருவாக்கப்போகிறோம். அதற்கு இவர்களது உதவி நமக்குத் தேவை.'

'இன்னமும் பிரிட்டன் நம்மைவிட்டு அகலவில்லையே, அதற்குள் எதற்கு இத்தனை முன்னேற்பாட்டுத் திட்டங்கள்?'

'இதுவே தாமதம் என்று நான் நினைக்கிறேன்.'

*மு*தல் மூன்று நான்கு மாதங்களுக்கு எந்தப் பிரச்னையும் இல்லை. பிறகு ஆரம்பித்துவிட்டார்கள்.

'இதெல்லாம் ஆகிற காரியம் இல்லை ஐயா! இருக்கிற காலத்தை நல்ல படியாகக் கழித்துவிட்டுப் போய்விடுவோம்.'

'பிரிட்டனே பார்த்து ஏதாவது சமரசம் செய்துகொண்டால்தான் உண்டு.'

'இவரது பிரச்னை என்ன தெரியுமா? இவர் நிறைய கனவு காண்பவராக இருக்கிறார். கனவு காண்பது சுலபமானது. ஆனால் அதை நிறைவேற்ற முடியாதே.'

பல மூத்த தலைவர்கள் இப்படி ஏனோதானோ என்று இருப்பதைப் பார்க்கும்போது கோபம் கோபமாக வந்தது போஸுக்கு.

அவர்களுடைய புலம்பல்களைக் காதில் போட்டுக்கொள்ளாமல் தான் விரும்பிய பாதையில் சென்றுகொண்டிருந்தார் போஸ்.

ஒரு முறை அவரது நண்பர் திலீப் ராயுடன் காங்கிரஸ் கட்சியுடன் ஏற்பட்ட உளைச்சலை விவாதித்துக் கொண்டிருந்தார்.

'சுபாஷ் எதற்கு உனக்கு இத்தனை கஷ்டம், பேசாமல் இந்த அரசியல் களத்தைவிட்டு வெளியேறிவிடலாமே? உனக்குச் சிறிது நிம்மதியாவது கிடைக்கும்.'

'எனக்கு, நிம்மதி கிடைக்கும். இந்தியாவுக்கு?'

•

கண் இமைக்கும் பொழுதில் ஒரு வருஷ காலம் முடிந்துவிட்டதைப் போல் இருந்தது போஸுக்கு.

மீண்டும் தேர்தலைச் சந்திக்க வேண்டும், மீண்டும் தேர்வு பெற வேண்டும் என்பதை நினைக்கும்போது சற்று அசதியாக இருந்தது. இந்த ஒரு வருஷ காலத்தில் என்னென்னவோ செய்யவேண்டும் என்ற கனவுடன்தான் தலைவர் பொறுப்பை போஸ் ஏற்றுக்கொண்டார். கட்சி முழுவதும் நம் பின்னால் நிற்கும் என்றுதான் நினைத்துக் கொண்டிருந்தார். ஆனால் எதிர்ப்புகளே அதிகம் மிஞ்சியிருந்தன.

அடுத்தத் தேர்தலுக்குத் தயாராகத் தொடங்கினார் போஸ்.

இந்த முறை காந்தி பட்டாபி சீதாராமய்யரை போஸுக்கு எதிராக நிறுத்தினார்.

அரசியல் சதுரங்கத்தில் மிக முக்கியமானக் கட்டத்தை எட்டிவிட்டோம் என்று போஸுக்குத் தெரிந்துபோனது. போஸும் காந்தியும் நேரடியாக மோதிக்கொள்ளும் களமாக அந்தத் தேர்தல் மாறிப்போனது. வல்லபபாய் படேல் உள்ளிட்ட அத்தனை மூத்த தலைவர்களும் காந்திக்குப் பின்னால், அதாவது பட்டாபி சீதாராமய்யருக்குப் பின்னால். இவர் அணியிலும் இல்லாமல் அவர் அணியிலும் இல்லாமல் ஒதுங்கியே இருந்தார் நேரு.

தேர்தல் முடிவுகள் வெளிவந்தன.

இருநூற்று ஐம்பது வோட்டு வித்தியாசத்தில் போஸ் வெற்றி பெற்றார். ஆடி போய் விட்டது காங்கிரஸ்.

காங்கிரஸைவிட அதிகம் கலங்கியவர் காந்தி.

'ஆரம்பத்திலிருந்தே சுபாஷ் மீண்டும் தலைவராகத் தேர்ந்தெடுக்கப் படுவதை நான் எதிர்த்து வந்திருக்கிறேன். டாக்டர் பட்டாபியின் தோல்வி என்னுடைய தோல்வி. நான் ஒரு திட்டமான கொள்கையையும், கோட்பாடு களையும் பின்பற்றுபவன். இவை இல்லாவிட்டால் நானே இல்லை என்றுதான் பொருள். பட்டாபிக்கு எதிராக ஓட்டு போட்டவர்கள் என்னுடைய கொள்கைகளையும் கோட்பாடுகளையும் அங்கீகரிக்கவில்லை என்பது நிச்சயமாகிறது.

காங்கிரஸில் எனக்குச் சாதகமாக இருக்கிறவர்கள் மைனாரிட்டிகளாக ஆகிவிட்டார்கள். மெஜாரிட்டியுடன் ஒத்துப்போக முடியாது என்று அவர்கள் கருதுவார்களேயானால் அவர்கள் காங்கிரஸிலிருந்து வெளியேறவிட வேண்டும். காங்கிரஸுக்குள் கஷ்டத்துடன் இருப்பவர்கள் விலகிவிட வேண்டும்.'

அவ்வளவுதான்.

காந்தி இப்படிச் சொன்னதுதான் தாமதம். படேல், ராஜேந்திர பிரசாத் உள்ளிட்ட 12 முக்கிய பிரதிநிதிகள் உடனே ராஜினாமா செய்தனர். பட்டாபியும் வெளியேறிவிட்டார் என்று தனியாகச் சொல்லத் தேவையில்லை.

காந்திக்கு எதிராக போஸ் வெற்றி பெற்றதை யாராலும் சகித்துக் கொள்ள முடியவில்லை. மகாத்மா தோல்வியடைவதா? என்ற கோபம் அனை வரையும் தாக்கியது.

காந்தியின் மனவேதனை எப்படி இருக்கும் என்பதை உணர்ந்த போஸ் அவரை நேரில் சந்தித்துப் பேசினார். ஆனால் பயனில்லை.

அதே சமயம் நிமோனியா காய்ச்சல் அவரைத் தாக்கியது. மனம் நொந்து போனார் போஸ்.

திருபுரியில் காங்கிரஸ் மாநாடு கூடியபோது கமிட்டியில் போஸ், சரத் சந்திரர் தவிர வேறு யாருமில்லை. கிட்டத்தட்ட ஆள் இல்லாத கூட்டத்துக்குத் தலைமை தாங்கும் இக்கட்டான நிலை. போஸ் அடைந்தது மகத்தான வெற்றிதான், சந்தேகமேயில்லை. ஆனால் அவரோடு கைகோர்த்துச் செயல்பட யாருக்கும் மனமில்லை.

ஆம்புலன்சில் வைத்து அவரை மாநாட்டுப் பந்தலுக்குக் கொண்டு வந்தார்கள். போஸ் எழுதிய அறிக்கையைச் சரத் சந்திரா வாசித்தார்.

'எனக்குக் கைகொடுங்கள். உங்களுக்காகத்தான் நான் வெற்றி பெற்றிருக்கிறேன்.'

'சுயராஜ்ஜியம் அடையும் நாள் வெகுதொலைவில் இல்லை. எல்லோரும் சேர்ந்து போராடுவோம்.'

செவிடன் காதில் ஊதிய சங்காக அமைந்தது அந்த அறிக்கை.

மனம் வெம்பி திரும்பினார் போஸ்.

'திருபுரியில் ஏற்பட்ட ஏமாற்றம் என்னைச் சுக்கல்நூறாகச் சிதறடித்து விட்டது. இப்போது நான் அடையும் இந்த வேதனையை இந்த 19 வருஷ அரசியலில் நான் அனுபவித்ததில்லை.'

தன்னுடைய அரசியல் வாழ்க்கை முடிந்துவிட்டது என்ற தீர்மானத்துக்குக் கிட்டத்தட்ட வந்துவிட்டார் போஸ்.

ஆனால் உடன் தன் முடிவை மாற்றிக்கொண்டார்.

'அமைதியாகச் சிந்தித்தேன். சில விஷயங்கள் புரியத்தொடங்கின. திரிபுரி என்பது இந்தியா கிடையாது. இந்தியாவில் ஒரு புள்ளி மட்டுமே. திரிபுரி என்னை ஏமாற்றிவிட்டது என்பதற்காக ஒட்டுமொத்த மானுட இனத்தின் மீதும் நான் அதிருப்தி கொள்வது சரியாக இருக்காது.'

போஸ் தனது தலைமைப் பதவியை ராஜினாமா செய்தார்.

'நன்றாக யோசித்துவிட்டேன். மற்றவர்களுக்கு இடைஞ்சல் ஏற்படுத்த விரும்பவில்லை. ராஜினாமா செய்கிறேன்.'

ஒன்று மட்டும் தெளிவாகப் புரிந்தது போஸுக்கு.

இடதுசாரி சிந்தனை கொண்டவர்களால் மட்டுமே தீவிரமான விடுதலைப் போராட்டத்தை முன்னெடுத்துச் செல்ல முடியும். மிதவாதிகளால் ஒரு பயனும் கிடையாது. அகிம்சை, ஒத்துழையாமை காலம் மலையேறி விட்டது. காங்கிரஸ் தலைவராகவே நீடித்திருந்தாலும் பெரிய மாற்றங்களை ஏற்படுத்திவிட முடியாது. காங்கிரஸ் நபர்கள் யாரிடமும் போர்க் குணம் இல்லை. கதர் வேட்டி, குல்லாய் அணியச் சொன்னால் அணிகிறார்கள். இறங்கி போராடுங்கள், எதிர்ப்புகளைச் சமாளியுங்கள் என்று சொன்னால் காந்திக்குப் பின்னால் சென்று ஒளிந்துகொள்கிறார்கள்.

காந்தி!

இன்னும் எத்தனை ஆண்டுகளுக்கு அல்லது யுகங்களுக்கு இவர் அகிம் சையைப் போதித்துக் கொண்டிருக்கப்போகிறார்? இவர் சொல்வதைத் தட்டாமல் செய்வதுதான் காங்கிரஸின் பணி என்றால் பிறகு காங்கிரஸுக்கு எதற்குத் தனியாக ஒரு தலைவர்?

யாருக்கும் எதுவும் தெரியவில்லை. சொல்லிக்கொடுத்தாலும் புரிந்துகொள்ள மறுக்கிறார்கள். இவர்களை நம்பி இனிப் பயனில்லை.

ஒரு மாற்று அரசாங்கத்தை ஏற்படுத்தவேண்டும். போராட்டம் என்றால் என்ன என்று இவர்களுக்குக் காண்பிக்க வேண்டும். சத்தியாகிரகமும், உண்ணாவிரதமும்தான் போராட்டம் என்று இவர்கள் நினைத்துக் கொண்டி ருக்கிறார்கள். நாளை நாங்கள் கடையடைப்புச் செய்யப்போகிறோம் என்று துண்டுச் சீட்டில் எழுதி சர்க்காருக்கு அனுப்பிவிட்டு அவர்கள் ஒப்புதல் அளித்த பிறகு கடையை அடைக்கிறார்கள். இதுவா போராட்டம்?

தியாகம் என்றால் என்ன என்று இவர்களுக்குப் புரியவைக்க வேண்டும். அந்நிய உடுப்புகளைத் தீயிட்டுக் கொளுத்துவதே தியாகத்தின் உச்சக்கட்டம் என்று நினைத்துக் கொண்டிருக்கிறார்கள். பகத்சிங் போன்றோர்களைத் தெய்வமாகப் போற்றாவிட்டாலும் குறைந்தபட்சம் போராட்ட வீரர்களாகக் கூட ஏற்றுக்கொள்ளத் தயக்கம் காட்டும் கூட்டம் இது. போகட்டும். தியாகம் என்றால் என்ன என்று இவர்களுக்குச் சொல்லிக்கொடுத்துவிடலாம். தப்புத்தப்பு, காண்பித்துவிடலாம்.

மிகுந்த உற்சாகத்துடன் ஃபார்வார்ட் பிளாக் (Forward Block) கட்சியைத் தொடங்கினார் போஸ். அவர் எதிர்பார்த்தபடியே இடதுசாரி இளைஞர்கள் குவியத்தொடங்கினார்கள். போஸின் ஆதரவாளர்கள் ஒன்று திரண்டனர்.

தெருவில் இறங்கிக் கொடி பிடித்தார் போஸ்.

'காங்கிரஸின் செயல்பாடுகளை, அவர்களது நோக்கங்களை, அவை தவறாக இருக்கும் பட்சத்தில் விமரிசிக்க யாரும் தயங்கவேண்டாம்.'

'நம்மை நாமே பலப்படுத்திக்கொள்வோம். பிரட்டிஷ் அரசை நாம் கவிழ்க்கக்கூடிய நாள் வெகுதொலைவில் இல்லை.'

காங்கிரஸ் தலைவராகப் பொறுப்பேற்றுக்கொண்டிருந்த ராஜேந்திர பிரசாத் ஓடிவந்து இப்படிப்பட்ட போராட்டத்தைத் தொடரவேண்டாம் என்ற மன்றாடினார்.

போஸுக்கு ஆதரவாக மக்கள் அலை அலையாகத் திரண்டனர்.

1940 மார்ச் மாதம் பீகாரிலுள்ள ராம்கர் என்னும் பகுதியில் கூட்டப்பட்ட பிரமாண்டமான பொதுகூட்டத்தில் போஸ் உரையாற்றினார்.

'இந்தியாவின் தற்போதைய பின்னடைவு, சந்தேகமேயில்லாமல் அபூர்வ மானதொன்று. ஆனால் உலக வரலாற்றில் இது சர்வ சாதாரணம். பல நாடுகள் இந்தக் கட்டத்தை வெற்றிகரமாகத் தாண்டி முன்னேறியிருக்கின்றன. இந்தப் பிரச்னையை நாம் வேறு விதமாக அணுகவேண்டும். பிரிட்டன் ஒரு முறியடிக்க முடியாத சக்தி கிடையாது.

இடதுசாரி நபர்களே இந்தப் போராட்டத்தில் ஜெயிக்கப் போகிறார்கள். ஏகாதிபத்தியத்தின் காலம் சீக்கிரத்தில் முடியப் போகிறது.'

காந்தி தன் கன்னத்தில் கை வைத்துக் கொண்டார். 'காங்கிரஸ் பதவியை ராஜினாமா செய்த நாள்முதல் போஸின் செல்வாக்கு பல மடங்கு உயர்ந்திருக்கிறது.'

இடதுசாரி சிந்தனை உள்ளவர்களால் மட்டுமே இந்திய விடுதலைப் போராட்டத்தை முன்னெடுத்துச்செல்ல முடியும் என்ற தனது நம்பிக்கையைப் பரிசீலனை செய்ய வேண்டிய அவசியம் போஸுக்கு ஏற்பட்டது.

இடதுசாரி அமைப்பு என்று ஒற்றை வார்த்தையில் போஸ் தனது அமைப்பை அழைத்துக்கொண்டாலும் அதே பெயருடன் துண்டு துண்டாகப் பல அமைப்புகள் அங்கொன்றும் இங்கொன்றுமாகச் செயல்படுவதைக் கண்டுபிடித்தார். குறிப்பா, சில வகுப்புவாத இயக்கங்களின் வளர்ச்சி அவரை மெய்யாகவே பயமுறுத்தியது. உதாரணத்துக்கு முஸ்லிம் லீக், ஹிந்து மகாசபா போன்ற இயக்கங்கள் இந்தியாவைத் துண்டாடும் முயற்சியில் ஈடுபட்டிருந்தன.

அப்போதுதான் அவருக்கு அந்த யோசனை தோன்றியது.

10. தப்பிச் செல்லும் படலம்

'நான் ஒரு முடிவுக்கு வந்துவிட்டேன். இனி என்னால் இந்தியாவில் தங்கியிருக்க முடியாது' என்றார் போஸ்.

நண்பர்களுக்கு மகிழ்ச்சி.

'நல்ல முடிவு. நீங்கள் மீண்டும் வியன்னா போய்விடுங்கள். நீங்கள் ஓய்வெடுக்க அதுதான் சரியான இடம்.'

'ஓய்வெடுப்பதற்காக அல்ல இந்தப் பயணம்.'

'அப்புறம்?'

'காரணங்களைப் பிறகு சொல்கிறேன். நான் போக விரும்புவது சீனா, சோவியத் ரஷ்யா அல்லது ஐரோப்பா.'

●

13, ஜூன் 1940. போஸ் காந்தியைச் சந்தித்தார்.

'உங்களால் செய்ய முடியாததை என்னால் செய்து முடிக்க முடியும் என்று தோன்றுகிறது' என்றார் போஸ்.

'நல்லது' என்றார் காந்தி.

'நீங்கள் எதுவும் சொல்ல விரும்புகிறீர்களா?'

காந்தி புன்னகைத்தார். 'நீங்கள் சொல்வதைப் போல உங்களால் இந்தியாவுக்குச் சுதந்தரம் வாங்கித்தர முடிந்தால்....'

'முடிந்தால்?'

'உங்களுக்கு முதல் வாழ்த்துத் தந்தியை நான் அளிப்பேன்.'

'அப்படியானால் என்னுடைய இயக்கத்தில் நீங்களும் சேர்ந்து கொள்வீர்களா?'

'என்னுடைய பதில் என்னவென்று உங்களுக்கே தெரியும்.'

போஸ் அவரை மௌனமாகப் பார்த்தார். காந்தி தொடர்ந்தார்.

'உங்களுக்கு ஓர் எச்சரிக்கை!'

'சொல்லுங்கள்'

'நீங்கள் செல்லும் வழி தவறானது.'

அதே நாள் ஹரிஜன் இதழில் காந்தி எழுதுகிறார். 'போஸ் தன் மனத்துக்குச் சரியென்று படுவதைத் தாராளமாகச் செய்யலாம். அதற்கு அவருக்குப் பரிபூரண உரிமை உள்ளது. அவரது வழிமுறை காங்கிரஸுக்குப் பிடித்திருக் கிறதா இல்லையா என்பது கேள்வி கிடையாது. அவரால் இந்தியாவுக்குச் சுதந்தரத்தைப் பெற்றுத் தர முடிந்தால் அவருடைய இத்தனைப் போராட்டங் களுக்கும் விடிவு கிடைத்தது போல் ஆகும்.'

●

காந்தியைச் சந்தித்தாகிவிட்டது. இனி இந்தியாவில் செய்வதற்கு ஒன்றுமில்லை.

பிரிட்டிஷ் தூதரகத்தைத் தொடர்பு கொண்டு பேசினார் போஸ். சீனா செல்வதற்கான விசா மறுக்கப்பட்டது.

அடுத்து ரஷ்யா செல்வதற்கான முயற்சிகள் தொடங்கப்பட்ட போது கல்கத் தாவில் சலசலப்பு ஏற்பட்டது. போஸ் தொடங்கி வைத்த ஃபார்வர்டு கட்சி ஒரு முக்கியப் போராட்டத்தைக் கையில் எடுத்துக்கொண்டது. ஹால்வில் என்பவருடைய நினைவகம் கல்கத்தாவில் அமைக்கப்பட்டிருந்தது. இந்த நினைவகத்தை அகற்ற வேண்டும் என்பதற்காக ஃபார்வர்ட் கட்சி கிளர்ச்சியைத் தொடங்கியது.

இது நியாயமான போராட்டம்தான் என்பதை உணர்ந்துகொண்ட போஸ் கடைசி கடைசியாக இதை வெற்றிகரமாக நடத்திமுடித்துவிட்டுப் பிறகு வேறு திட்டங்களை யோசிக்கலாம் என்று முடிவு செய்தார். போஸ் தலைமையில் கிளர்ச்சி தொடங்கியது.

நினைவகத்தை அகற்ற சர்க்கார் ஒப்புக்கொண்டது. கூடவே, போஸைக் கைது செய்து கல்கத்தாவிலுள்ள பிரஸிடென்சி சிறையில் வைத்தது. சிறைக்குச் செல்வது போஸுக்கு ஒன்றும் புதிது அல்ல என்றாலும் இந்த முறை கைதானதை போஸ் சிறிதும் விரும்பவில்லை.

இந்தியாவிலிருந்து வெளியேற அப்போதுதான் திட்டம் போட்டுக்கொண்டி ருந்தார் அவர். தவிரவும், அது இரண்டாம் உலகப்போர் சூழல். உலகமே கொந்தளித்துக்கொண்டிருந்தது. சரித்திரமே மாறிக்கொண்டிருந்தது. பிரிட்டனுக்கு எதிராகக் களத்தில் குதிக்க இதைவிடச் சிறந்த வாய்ப்பு இருக்க முடியாது. இந்தச் சமயத்தில் சிறையில் அடைந்துகிடப்பதை போஸ் விரும்பவில்லை.

பொறுத்துப் பொறுத்துப் பார்த்தார். அவரை வெளியில் விடும் வாய்ப்பே இருப்பதாகத் தெரியவில்லை. 1940 நவம்பர் 26-ம் தேதி கவர்னருக்கும் வங்க பிரதமருக்கும் ஒரு கடிதம் எழுதினார்.

'இரு விஷயங்களைச் சொல்லிக் கொள்ள ஆசைப்படுகிறேன். முதல் விஷயம். இந்தக் கடிதத்தைப் படித்தவுடன் கிழித்துவிடாதீர்கள். சர்க்கார் காரியாலயத்தில் வைத்துவிடுங்கள். பின்னால் வரும் சந்ததியினர் இதைப் படிக்கும் சந்தர்ப்பம் கிடைக்க வேண்டும். இரண்டாவது கோரிக்கை கடிதத்தின் முடிவில்.

என்னைச் சிறை வைத்திருப்பது சட்ட விரோதமானது. அநியாயம் மிக்கது. இதற்கு ஒரே ஒரு காரணம்தான் எனக்குத் தோன்றுகிறது. சர்க்கார் வஞ்சக மனப்பான்மையில் வேலை செய்கிறது.

இம்மாதிரியான சந்தர்ப்பத்தில் நாம் என்ன செய்ய வேண்டும்? சூழ்நிலைக்கு அடங்கி, நடக்கிறது நடக்கட்டும் என்று இருந்து விடுவதா? அல்லது அநியாயமானதும் அக்கிரமமானதும் சட்ட விரோதமானதுமான இந்த சர்க்காரின் போக்கைக் கண்டிப்பதா? பாபகரமான ஒரு குற்றத்தைக் கண்டு அதற்கு அஞ்சி நடப்பது மகாபாதகம் ஆகும். ஆகவே எதிர்ப்பதென முடிவு செய்தேன்.

எதிர்ப்பதைப் பல வழிகளில் செய்தாகிவிட்டது. கடைசியாக ஒரே ஒரு ஆயுதம்தான் பாக்கி. ஆம், இன்று முதல் உண்ணாவிரதத்தை மேற் கொள்கிறேன். விடுதலை கிடைக்கும்வரை உண்ணாவிரதம்.

இதற்கு உடனடியாகப் பலன் கிடைக்காது போகலாம். ஆனால் தியாகம் வீண் போகாது. தியாகத்தாலும், கஷ்டத்தாலும்தான் ஒரு லட்சியம் புனிதமடையும்.

மனித லட்சியமும், கனவுகளும் அமரத்தன்மை கொண்டவை. ஒரு லட்சியத்துக்காக ஒருவன் மடியலாம். ஆனால் அவன் மாண்ட பிறகு, அந்த லட்சியம் ஆயிரம் பேரைப் பற்றிக்கொள்ளும். ஒரு மனிதன் வாழ்ந்தான் - ஒரு லட்சியத்துக்காக உயிரை விட்டான் என்பதைவிட வேறென்ன பெருமை வேண்டும்? தனது ஆத்மா பல ஆயிரம் பேர்களுக்கு உற்சாகத்தைக் கொடுக்கும் என்று எவன் நினைக்கிறானோ அவன் பாக்கியசாலி. அதுவே பேரின்பம்.

எனது இரண்டாவது கோரிக்கை இதுதான். நான் அமைதியாகச் சாவதை நீங்கள் தடுக்கக் கூடாது. பலாத்காரமாக உணவு செலுத்தக் கூடாது. நான் கடைசிவரை, என் பலம் உள்ளவரை, பலாத்காரமாக உணவு செலுத்துவதை எதிர்ப்பேன்.'

போஸ் விடுதலை செய்யப்பட்டார்.

●

போஸின் நண்பர் சத்ய ரஞ்சன் பக்ஷி என்பவர் போஸுக்கு ஒரு வித்தியாசமான உதவியைச் செய்தார். அதாவது போஸ் குறித்து வங்காள அரசாங்கத்தின் ரகசிய ஆவணங்களைப் போஸுக்காகக் கொண்டு வர ஒப்புக்கொண்டார்.

பெரிய ஆவணங்களாகச் சேர்ந்திருந்தன அந்தக் குறிப்புகள். கிட்டத்தட்ட ஏழு நாள்கள் சிறிது சிறிதாகக் கொண்டு வந்து போஸிடம் கொடுத்தார். போஸ் வேகவேகமாக அவற்றைப் படித்துவிட்டுத் திருப்பித் தந்துவிடுவார். ஆவணங்களை வாசிக்க வாசிக்க, சில சமயம் போஸுக்குச் சிரிப்பு வரும், சில சமயம் கோபம் வரும்.

ஒன்று மட்டும் தெளிவாகத் தெரிந்தது. தன்னைப் பற்றி அரசாங்கம் எப்படி யெல்லாம் விவரங்கள் சேகரிக்கின்றன என்று தெரிந்துபோனது. அவருடனே இருந்து அவரைக் காட்டிக்கொடுத்தவர்கள் யார், எந்தெந்த இடங்களில் அவரைக் கவனிக்கிறார்கள், யார் மூலமாக, இப்படி பல முக்கிய விவரங்கள் அந்தக் குறிப்புகளில் இருந்தன.

7வது நாள். கடைசி ஆவணக் குறிப்புகளையும் வாசித்து முடித்த பிறகு போஸ் சத்ய ரஞ்சனை நோக்கி மெலிதாகப் புன்னகைத்தார்.

'நீ எனக்குச் செய்திருக்கும் உதவி எத்தனைப் பெரியது என்பதை உன்னால் உணரவே முடியாது.'

●

'நீங்கள் இருவரும் என்னுடன் வாருங்கள்.'

சரத் சந்திரரின் மகன் சிசிர், ஃபார்வார்ட் பிளாக்கின் பெஷாவர் கிளைத் தலைவர் மியான் அக்பர் ஷா இருவரும் அந்த அறைக்குள் நுழைந்தார்கள்..

இருவரையும் உட்கார வைத்துவிட்டு ஜன்னல்களைச் சாத்தினார் போஸ். ஐந்து நிமிஷங்கள் யாரும் எதுவும் பேசவில்லை.

'நான் இப்போது பேசப்போகும் விஷயத்தைப் பற்றி யாரிடமும் மூச்சுவிட மாட்டோம் என்று இருவரும் முதலில் சத்தியம் செய்யுங்கள்.'

இருவரும் சத்தியம் செய்தனர். போஸ் தொடர்ந்தார்.

'நான் தப்பிச் செல்வதற்கான நேரம் வந்துவிட்டது.'

'எங்கே போகப் போகிறீர்கள்? எப்போது?'

'அதைப் பற்றி பேசத்தான் அழைத்தேன். முதலில் சிசிர் உன்னுடைய பணி என்ன என்று சொல்கிறேன்.'

சிசிர் நிமிர்ந்து உட்கார்ந்தார்.

'யாருக்கும் தெரியாமல் என்னை வீட்டிலிருந்து காரில் அழைத்துச் செல்ல வேண்டியது உன்னுடைய பொறுப்பு'

'எங்கே அழைத்துச் செல்லவேண்டும்?'

'ரயில் நிலையத்துக்கு.'

'அங்கிருந்து எங்கே போகப் போகிறீர்கள்?'

'பெஷாவர்.'

'பெஷாவரில் என்ன செய்யப்போகிறீர்கள்?' என்றார் இதுவரை அமைதியாக இருந்த மியான் அக்பர் ஷா.

போஸ் தனது திட்டத்தை விவரிக்கத் தொடங்கினார்.

•

பயணத்தை ஒருங்கிணைக்கும் பணி மியான் அக்பர் ஷாவிடம் ஒப்படைக்கப்பட்டது.

சரத் சந்திராவை அவசரமாக வரவழைத்து அவரிடம் தனி ரகசிய ஆலோசனை நடத்தினார் போஸ். திட்டத்தில் சில முக்கிய மாற்றங்களைச் செய்தார் சரத் சந்திரா. வீட்டை விட்டு வெளியேற வேண்டிய தேதியை முடிவு செய்தனர்.

ஜனவரி 16, 1941. தன் வீட்டில் உள்ள அத்தனைப் பேரையும் அழைத்தார் போஸ்.

'நான் சொல்வதைக் கவனமாகக் கேட்டுக்கொள்ளுங்கள். ஒரு சில நாள்களுக்கு நான் தனிமையாக இருக்க விரும்புகிறேன். அரசியல், பொது வாழ்வு என்று தொடர்ந்து அலைந்து திரிந்ததில் உடல், மனம் இரண்டும் சோர்வடைந்துவிட்டது. மன அமைதி பெற மௌன விரதம் இருப்பதாகவும், தியானம் செய்வதாகவும் நேர்ந்துகொண்டிருக்கிறேன்.

இன்னொரு விஷயம். இன்னும் சில தினங்களுக்கு யாரும் என்னைத் தொடர்பு கொள்ள முயற்சிக்க வேண்டாம். நான் அறையில்தான் இருப்பேன். தொலைபேசி செய்யக்கூட முயற்சிக்கவேண்டாம். என்னைப் பற்றி யாரிடமும் விவாதிக்கவும் வேண்டாம்.'

யாருக்கும் எந்தவித சந்தேகமும் வரவில்லை. அனைவரும் தலை அசைத்தனர்.

'தேவைப்படும் பதார்த்தங்களைத் திரைச்சீலைக்குக் கீழே வைத்து விடுங்கள். நான் எடுத்துக் கொள்கிறேன். என்னைப் பார்ப்பதற்கு யாரும் முயற்சிக்கவேண்டாம்.'

மௌன விரதம் சரி, அமைதியாக இருக்க விரும்புவதும், தியானம் செய்வதும் கூட சரி. ஆனால் எதற்காக ஒளிந்துகொண்டு இருக்கவேண்டும்? சாப்பாடு கொடுக்கும்போதுகூட பார்க்கக் கூடாது என்று சொல்வதற்கு என்ன காரணம்? குழப்பமாக இருந்தாலும் ஒருவரும் பேசவில்லை.

அவரது அறைக்கு வெளியே ஒரு திரை தொங்கவிடப்பட்டது. ஒரு பணியாளர் சாப்பாடு கொண்டு வந்து திரைக்குக் கீழே வைத்து விட்டுத் திரும்பிப் பார்க்காமல் போய்விடுவார். போஸ் சாப்பிட்டுவிட்டு, பாத்திரங்களை மீண்டும் திரைக்கு வெளியே வைத்துவிடுவார்.

சில நாள்களுக்குப் பிறகு, கதவைத் திறந்துகொண்டு வெளியே வந்தார் போஸ். அன்று மாலை எல்லோருடனும் சேர்ந்து உணவருந்தினார்.

அனைவரும் போஸை ஆச்சரியத்துடன் பார்த்தனர்.

•

ஜனவரி 17, 1941.

இரவு ஒன்பது மணிக்கு சிசிர் காரோடு வந்து சேர்ந்தார். வாண்டரர் என்று பெயரிடப்பட்ட ஜெர்மானிய கார் அது. உள்ளே சில பெட்டிகள். அதில் ஆங்கிலத்தில் M.Z. என்று குறிக்கப்பட்டிருந்தது. சத்தம் எழுப்பாமல் வீட்டை விட்டு வெளியே வந்தார் போஸ். அடர்த்தியான பழுப்பு நிற ஷெர்வானி, ஒரு தொளதொள பைஜாமா, லேஸ் வைத்த ஐரோப்பிய காலணி. தலையில் பஞ்சு வைத்த தொப்பி.

வழக்கமாகப் போகும் பாதையைத் தவிர்த்துவிட்டு வேறு வழியாக காரை ஓட்டிச்சென்றார் சிசிர். என்னதான் போஸ் வெளியில் இருந்தாலும் சர்க்கார் அவரை விடாமல் கண்காணித்துக்கொண்டேதான் இருந்தது. அதனால்தான் இந்த ஏற்பாடு.

நிலவொளியில் கிராண்ட் ட்ரங் சாலை வழியாக இருவரும் காரில் விரைந்து கொண்டிருந்தனர். போஸ் கண்களை மூடிக்கொண்டார். உறக்கம் வர வில்லை. சோர்வும் இல்லை. பயம் என்று கூட சொல்ல முடியாது. ஏதோ ஒரு விசித்திர உணர்வு அவரை அலைகழித்தது.

பொழுது விடிவதற்கு முன்னால் அசன்சோல் (Asansol) என்னும் பகுதியை அடைந்தனர். எரிபொருள் நிரப்பியபின் மீண்டும் பயணம். காலை 9 மணிக்கு பராரி என்னும் பகுதியை அடைந்தனர். சரத் சந்திராவின் மூத்த மகன் அஷோக்கின் வீட்டு வாசலில் காரை நிறுத்திவிட்டு சிசிர் மட்டும் வீட்டுக்குள் நுழைந்தார். அஷோக் அவரை வரவேற்று உள்ளே அழைத்துச் சென்றார். போஸ் வெளியே மாறுவேடத்தில் காத்திருக்கும் விஷயம் அவருக்கும் தெரியும்.

சிறிது நேரம் கழித்து போஸ் கார் கதவைத் திறந்து வெளியே வந்தார். நேராகச் சென்று அஷோக்கின் வீட்டுக் கதவைத் தட்டினார்.

வீட்டுப் பணியாளர் கதவைத் திறந்தார்.

'நீங்க யாரைப் பார்க்கணும்.'

'அஷோக் ஐயா வரச் சொல்லியிருந்தார்.'

'நீங்கள் யார்?'

'என் பெயர் முகம்மது ஜியாவுதீன். நான் ஒரு இன்ஷ்யூரன்ஸ் அதிகாரி.'

உள்ளே சென்று விஷயத்தைச் சொன்னார் அந்தப் பணியாளர். அஷோக்கும் சிசிரும் மாடியிலிருந்து இறங்கிவந்தனர். ஹாலில் வேறு சில உறவினர்கள் இருந்தனர்.

'அட! ஜியாவுதீன் வாருங்கள் வாருங்கள், நன்றாக இருக்கிறீர்களா?' என்றார் அஷோக்.

'ஆம், நலமாகத்தான் இருக்கிறேன்.'

'உட்காருங்கள். எனது உறவினர்களை உங்களுக்கு அறிமுகம் செய்கிறேன்.'

அறிமுகப்படுத்தும் படலம் தொடர்ந்தது. சிசிர் குமாரைக் கூட போஸுக்கு அறிமுகப்படுத்தி வைத்தார் அஷோக். ஒருவருக்கும் அந்த இன்ஷ்யூரன்ஸ் அதிகாரியின் மேல் சந்தேகம் ஏற்படவில்லை.

அன்றைய பொழுது அங்கேயே தங்கிக்கொண்டார் போஸ். மாலை நெருங்கியவுடன் எல்லோரிடமும் சொல்லிக் கொண்டு கால்நடையாக வீட்டை விட்டு வெளியேறினார் போஸ். குறிப்பிட்ட இடத்துக்கு வந்ததும் காத்திருக்கத் தொடங்கினார். சில நிமிஷங்களில் சிசிர், அஷோக் மற்றும் அவருடைய மனைவி மூவரும் காரில் வந்து சேர்ந்தனர். பிறகு நான்கு பேரும் கோமோ (Gomoh) என்னும் பகுதியை அடைந்தனர்.

போஸ் அவர்களிடமிருந்து விடைபெற்றுக்கொண்டார். நள்ளிரவில் டெல்லி-கல்கத்தா மெயில் கோமோவைக் கடந்துச் செல்லும். முதல் வகுப்பு டிக்கெட் வாங்கிக்கொண்டு காத்திருக்கத் தொடங்கினார் போஸ்.

•

டெல்லி வந்து சேர்ந்த போஸ் அங்கிருந்து ஃபிரான்டியர் மெயிலைப் பிடித்து ஜனவரி 19ஆம் தேதி பெஷாவர் வந்தடைந்தார்.

புரியாத தெருவில் பெட்டிப் படுக்கையோடு நடந்துகொண்டிருந்தார் போஸ். ஏதோ யோசித்துக்கொண்டிருக்கும்போது காதுக்கு அருகே விசில் சத்தம் கேட்டது. திரும்பிப் பார்த்தார். அக்பர் ஷா.

போஸ் அவருடன் ஒரு டோங்காவில் புறப்பட்டார். தாஜ் மஹல் ஓட்டலில் அவரைத் தங்கவைத்துவிட்டுப் புறப்பட்டார் அக்பர் ஷா. வழியில் அவரது நண்பர் அபாத் கான் என்பவரை யதேச்சையாக சந்திக்க, இருவரும் பேசத் தொடங்கினார்கள்.

'அது சரி யார் அந்த முஸ்லிம்?' என்றார் அபாத் கான்.

'என் நண்பர்.'

'அவரை எங்கே தங்க வைத்திருக்கிறாய்?'

'தாஜ் மஹலில். ஏன் கேட்கிறாய்?'

'எதற்கு இத்தனை ரிஸ்க் எடுக்கவேண்டும். பேசாமல் என் வீட்டுக்குக் கூட்டிவந்துவிடு. யாராவது கண்டுபிடித்துவிட்டால் பிரச்னையாகிவிடும்.'

'நீ என்ன சொல்கிறாய்?'

அபாத் கான் புன்னகைத்தார். 'எனக்கு ரகசியங்கள் மிகவும் பிடிக்கும்.'

அதற்கு மேல் மறைக்க முடியாது என்பதால் போஸ் பற்றிய அனைத்து விஷயங்களையும் அவரிடம் பகிர்ந்து கொண்டார் அக்பர் ஷா.

அன்றே அபாத் கானின் வீட்டுக்கு அழைத்துச் செல்லப்பட்டார் போஸ்.

•

அபாத் கானின் வீட்டில் ஆறு நாள்கள் தங்கியிருந்தனர். பிறகு அடுத்தக்கட்டத் திட்டத்தை விவாதித்தனர்.

'காபூலுக்கு இதே வேடத்தில் நீங்கள் போக முடியாது' என்றார் அக்பர் ஷா.

'ஆமாம். உடனடியாக நீங்கள் ஒரு பதான் ஆதிவாசியாக மாறவேண்டும்' என்றார் அபாத் கான்.

ஒரு சில நிமிஷங்களில் போஸ் ஒரு பதானாக மாறிப்போனார். தலைப்பாகை, நீண்ட அங்கி அணிந்துகொண்டார்.

'உங்களுக்கு ஆப்கன் மொழி தெரியாதே என்ன செய்வது?' மண்டையைக் கீறிக்கொண்டார் அக்பர் ஷா.

'என்னால்தான் பேசமுடியாதே' என்றார் போஸ்.

'என்ன சொல்கிறீர்கள்?'

'இந்த நிமிஷத்திலிருந்து நான் ஓர் ஊமை.'

'மற்றவர்கள் சொன்னால் புரிந்துகொள்ள வேண்டியிருக்குமே.'

'எனக்குக் காதும் கேட்காது. நான் ஒரு பிறவி செவிட்டூமை.'

அபாத் கான் சத்தம் போட்டுச் சிரித்தார். 'சபாஷ். நீங்கள் இனி என் தம்பி. என்னோடுதான் நீங்கள் காபூல் வரப்போகிறீர்கள்.'

அக்பர் கானுக்கும் சிரிப்பு வந்துவிட்டது. 'நாம் காபூல் போவதே இவருடைய வைத்தியத்துக்காகத்தான்.'

குறுக்கு வழியாக ஆப்கனிஸ்தான் செல்ல மூவரும் முடிவு செய்தனர். அது மிகவும் கடினமான பாதை. பெரும்பாலும் மலைப் பிரதேசம். பாதி மலையைப் பனி மூடியிருக்கும். மிகுந்த பிரயத்தனப்பட்டு ஜனவரி 28-ம் தேதி ஆப்கனிஸ்தான் வந்தடைந்தனர். அங்கு பகத் ராம் என்பவர் போஸுக்காகக் காத்துக்கொண்டிருந்தார். போஸ், பகத் ராம் இருவரும் 31-ம் தேதி காபூல் வந்து சேர்ந்தனர். இதற்கு மேல் அவர்களாகவே பயணத்தைத் தொடர வேண்டியதுதான்.

காபூலைச் சுற்றிச்சுற்றி வந்தனர் இருவரும். தங்குவதற்குத் தோதான இடம் கிடைக்கவில்லை. இறுதியில் ஓர் எலி வளை போன்ற இடம் கிடைத்தது. சாப்பிடுவதற்கு ரொட்டி, குடிக்கத் தேநீர். சரி, கூடிய சீக்கிரம் இங்கிருந்து கிளம்பிவிடலாம் என்று நினைத்தவர்களுக்கு அதிர்ச்சி. ஆப்கனிஸ்தானில் பிரிட்டிஷ் உளவாளிகள் அங்கும் இங்கும் சுற்றிக்கொண்டிருந்தனர். மற்றொரு பக்கம் ஆப்கன் காவல் படை. மேலுமொரு அதிர்ச்சியான செய்தியும் கிடைத்தது. சோவியத் யூனியனுக்குப் போவதற்கான அனுமதி கிடைக்கவில்லை. அதே எலி வளையில் 45 நாள்கள் மறைந்து மறைந்து தங்க வேண்டியிருந்தது.

ஒரே ஒரு ஆப்கன் போலீஸ்காரருக்கு மட்டும் போஸ் மீது சந்தேகம் ஏற்பட்டது. விசாரிக்க ஆரம்பித்துவிட்டார். இவர்களிடம் மாட்டிக் கொண்டால் தொலைந்தோம் என்பதை உணர்ந்த போஸ் சத்தம் போடாமல்

தனது தங்க கைகடிகாரத்தைக் கழட்டி அவரிடம் ஒப்படைத்தார். மறுமொழி சொல்லாமல் அதை வாங்கிக்கொண்டு கிளம்பிவிட்டார் அந்த அதிகாரி. ஆனால் திரும்பத் திரும்ப தொல்லைக் கொடுக்க ஆரம்பித்தார். எதையாவது கொடுத்தால்தான் நகர்வேன் என்று அடம் பிடித்தார்.

இப்படியே விட்டால் ஆபத்து என்பதை உணர்ந்த பகத் ராம் தனது நண்பரைத் தேடிப் பிடித்து அவர் வீட்டுக்கு, போஸை அழைத்துக்கொண்டு போனார். உத்தம் சந்த் என்பவரது வீட்டில் சில நாள்கள் தங்கியிருந்தார். இங்கு எந்தப் பிரச்னையும் இல்லை என்றபோதும் எங்கோ ஒரு மூலையில் அடைந்து கிடப்பது வேதனையளித்தது. பேசாமல் திருட்டுத்தனமாகச் சோவியத் எல்லைக்குள் நுழைந்துவிடலாமா என்றுகூட போஸ் யோசித்தார்.

பிப்ரவரி 23-ம் தேதி சீமன்ஸ் கம்பெனியிலிருந்து (போஸின் நண்பர் இவர்) ஒரு தகவல் வந்தது. 'இத்தாலிய மந்திரி ஆல்பர்டோ குரோனி (Alberto Quaroni) என்பவரை உடனடியாகச் சந்திக்கவேண்டும்.'

சந்தித்தார். இரவு முழுவதும் இருவரும் பேசினார்கள்.

'இந்தியாவைவிட்டு நீங்கள் வெளியேறியதன் காரணம் என்ன?'

'இந்தியாவுக்காகப் போராடத்தான்.'

'அதெப்படி?'

'இந்தியாவில் தங்கியிருந்தால் எந்தவொரு போராட்டத்தையும் முன்னெடுத்துச் செல்ல முடியாது. எனவே வெளிநாட்டிலிருந்து படைகளைத் திரட்டப்போகிறேன்.'

'எந்த நாட்டுக்குப் போவதாக உத்தேசம்.'

'ஜெர்மனி, இத்தாலி.'

'அங்கு உங்களுக்கு யாரைத் தெரியும்?'

'இந்தியர்களை. அவர்களிடம் பேசுவேன். அவர்கள் என்னோடு இணைந்து போராடுவார்கள். மாற்று அரசாங்கத்தை நிச்சயம் நாங்கள் ஏற்படுத்துவோம்.'

'ம்.. யோசித்து சொல்கிறோம்.'

•

ஓர்லாண்டோ மசோட்டா (Orlando Mazzotta) என்னும் இத்தாலிய அதிகாரியின் பாஸ்போர்ட்டை வாங்கி அதில் போஸின் புகைப்படத்தை ஒட்டினார்கள். போஸுக்கு அனுமதி மறுத்த சோவியத் யூனியன் மசோட்டாவுக்கு அனுமதி வழங்கியது.

மார்ச் 17-ம் தேதி மூன்று ஜெர்மானியர்களின் துணையுடன் காரில் சாமர்க்கண்ட் சென்றடைந்தார். அங்கிருந்து மாஸ்கோவுக்கு ரயில். மாஸ்கோவிலிருந்து பெர்லினுக்கு விமானம்.

11. ஹிட்லர், முசோலினி, நேதாஜி

'எதற்கு ஜெர்மனி வந்திருக்கிறீர்கள்?'

பெர்லினில் கால் பதித்த நிமிஷத்திலிருந்து இந்தக் கேள்வியைத் தான் போஸ் எல்லாரிடமிருந்தும் எதிர்கொள்ள வேண்டி இருந்தது. அனைவரையும் தெளிவுபடுத்தவேண்டியது அவசியம் என்று உணர்ந்த போஸ், ஒரு வாரம் ஆன பிறகு ஜெர்மன் அரசாங்கத்துக்கு ஒரு விரிவான அறிக்கையைச் சமர்ப்பித்தார். தாம் வந்ததன் நோக்கம், ஜெர்மனியிடமிருந்து போஸ் எதிர்பார்ப்பது என்ன போன்ற அத்தனைக் கேள்விகளுக்கும் அதில் விடைகள் இருந்தன.

அந்த அறிக்கையின் சாராம்சம் இதுதான்.

1. இந்தியாவுக்குப் பரிபூரண சுதந்தரம் கிடைக்க ஜெர்மனி உதவ வேண்டும்.
2. இரண்டாம் உலகப்போர் சூழலில் ஜெர்மனியும் இந்தியாவும் இணைந்து செயல்படவேண்டும்.
3. ஒரு தாற்காலிக இந்திய அரசாங்கத்தை ஐரோப்பாவில் ஏற்படுத்தப் போகிறோம். அதற்கான பணிகள் நடந்து கொண்டிருக்கின்றன. ஜெர்மனியும் இத்தாலியும் இந்தத் தாற்காலிக அரசாங்கத்தோடு ஒப்பந்தம் செய்துகொள்ள வேண்டும், உதவ வேண்டும்.
4. ஆயுதம் தாங்கிய போர்ப்படையை உருவாக்க இருக்கிறோம். சரியான சமயத்தில் இந்தப் படை பிரிட்டனைத் தாக்கி வீழ்த்தும்.
5. இந்தியா மற்றும் ஆப்கனிஸ்தானில் பல சீரமைப்புப் பணிகள் செய்ய உத்தேசித்துள்ளோம்.
6. இந்திய பிரச்னையைச் சர்வதேச அரங்குக்கு ஜெர்மனி கொண்டு போக வேண்டும்.

ஜெர்மனியில் போஸை யாரும் அவ்வளவாகக் கண்டுகொள்ளவில்லை. ஹிட்லருக்கு போஸைப் பற்றி எதுவும் தெரிந்திருக்க வாய்ப்பில்லை. இந்திய சுதந்தரப் போராட்டத்துக்கு ஹிட்லர் ஆதரவு அளிப்பார் என்று எதிர்பார்த் திருக்கவும் முடியாது. நாஜி அரசில் உள்ள எந்தவொரு தலைமை அதிகாரிக்கும் கூட போஸை தெரிந்திருக்கவில்லை. வால்டர் ஷெலன்பர்க் என்பவர் அயல்துறையைச் சார்ந்த ஒரு முக்கிய மந்திரி. இவர் ஒரு சுயசரிதை எழுதியிருக்கிறார். அதில் ஓர் இடத்தில் போஸ் பற்றி எழுதியிருக்கிறார். என்ன தெரியுமா? 'போஸ் படித்தது, வளர்ந்தது அத்தனையும் மாஸ்கோவில்.' இந்த லட்சணத்தில்தான் இருந்தது ஹிட்லர் அரசு.

சோவியத் ரஷ்யாவை வளைத்துப் பிடிப்பதில் ஹிட்லர் தீவிரமாக இருந்த சமயம் அது. அந்தச் சமயத்தில் போஸை என்ன செய்யலாம் என்றே நாஜி அரசுக்குத் தெரியவில்லை. ஒரு தேசியத் தலைவர் என்ற முறையில் வரவேற்பதா அல்லதா 'மன்னிக்கவும்' என்று சொல்லித் திருப்பி அனுப்புவதா?

அரசாங்கத்திடமிருந்து எந்தவித பதிலும் வராததால் ஏமாற்றத்துடன் இருந்தார் போஸ். போஸை மேலும் கடுப்பாக்குவது போல் சில இளநிலை அதிகாரிகள் அவருடன் கதைக்க ஆரம்பித்துவிட்டார்கள்.

'மிஸ்டர் போஸ், ஜெர்மனியில் இருந்துகொண்டு பிரிட்டனை எப்படி உங்களால் எதிர்க்க முடியும்? எந்தத் தைரியத்தில் நீங்கள் இந்தியாவைவிட்டு வெளியேறினீர்கள்?'

'மிஸ்டர் போஸ், நீங்கள் உங்கள் தலைமை பதவியை உதறிவிட்டீர்களாமே. ஏன்?'

மற்றொருவர் குறுக்கிட்டார். 'இப்படிச் செய்ததால் உங்களுடைய செல்வாக்குக் குறைந்துவிடாதா?'

இவர்களுக்கு என்ன சொல்லிப் புரியவைப்பது?

மே 29, 1941. ரோம் வந்து சேர்ந்தார் போஸ். ஹிட்லரை நம்பிப் பிரயோஜன மில்லை என்று ஆகிவிட்ட நிலையில் அடுத்து முசோலினிதான். ஜூன் மாதம் தொடங்கி, தனது முயற்சிகளை முடுக்கிவிட்டார் போஸ். ஆனால் பலன் பூஜ்யம். 'ஜெர்மனியின் ஒப்புதல் இல்லாமல் இந்தியாவுக்கு உதவுவதாக இல்லை' என்று இத்தாலியும் கையை விரித்தது.

இந்தச் சமயத்தில் நல்ல வேளையாக இரண்டு ஜெர்மனியர்கள் போஸுக்கு உதவ முன்வந்தனர். ஒருவர் ஆடம் வான் ட்ரோட் (Adam Von Trott). இவர் தகவல் துறையைச் சார்ந்தவர். ஆக்ஸ்போர்டில் படித்தவர். போஸ் விவரிக்கும் பிரச்னையை இவரால் புரிந்துகொள்ள முடிந்தது. மற்றொருவர் அலெக் ஸாண்டர் வெர்த் (Alexander Werth). இவர் இங்கிலாந்தில் பயின்றவர். இவரது இதயத்தின் ஓரத்தில் இந்தியாவுக்கு ஒரு குட்டி இடம் இருந்தது.

இருவரும் போஸுக்குத் தம்மால் இயன்ற உதவியைச் செய்தனர். போஸின் தேவைகளை அரசாங்கத்துக்குக் கொண்டு செல்ல என்னென்ன செய்ய முடியுமோ அத்தனையும் செய்தனர். அதே போல் நாஜி படைகளுக்கும் போஸுக்கும் எந்தவித உராய்வும் ஏற்படாமல் தடுக்கவும் செய்தனர்.

அப்போது இந்திய அகதிகள் பலர் ஜெர்மனிக்கு வந்து குவிந்துகொண்டிருந் தனர். அதேபோல் தெற்கு ஆப்பிரிக்காவிலிருந்தும் பல இந்தியர்கள் ஜெர்மனிக்குள் மூட்டை முடிச்சுகளோடு வந்துகொண்டிருந்தனர். இவர்களை என்ன செய்யலாம் என்று நாஜிகள் கணக்குப் போட்டுக்கொண்டிருந்தபோது போஸ் ஒரு புதிய யோசனையை முன்வைத்தார்.

'ஜெர்மனியில் உள்ள இந்தியர்கள் அனைவரும் பிரிட்டனுக்கு எதிரான வர்கள். பிரிட்டன் ஆட்சி பிடிக்காததால்தான் அவர்கள் இந்தியாவைவிட்டு வெளியேறி இங்கு வந்திருக்கிறார்கள். அவர்களை ஏன் பிரிட்டனுக்கு எதிராகப் பயன்படுத்தக் கூடாது?'

பளிச்சென்று மின்னல்வெட்டுபோல் போஸ் கொடுத்த யோசனை வான் ட்ரோடுக்குப் பிடித்துப்போனது. அவரது தலைமையில் இந்தியர்களைத் திரட்டும் குழு (Working Group India) ஒன்று அமைக்கப்பட்டது. இதற்குப் பிறகு ராணுவத்தின் மத்தியில் போஸின் பெயர் வேகமாகப் பரவியது. அவரை மதிப்புடன் பார்க்கவும் ஆரம்பித்தனர்.

எல்லாம் நல்லபடியாகத்தான் போய்க்கொண்டிருந்தது. அதாவது 1941 ஜூன் மத்தியில் சோவியத் ரஷ்யா மீது ஜெர்மனி போர் தொடுக்கும் வரை. ஜெர்மனியின் செயலால் அதிர்ந்து போனார் போஸ். ஜெர்மனியின் ஆதரவு முக்கியம்தான். அதற்காக சோவியத் ரஷ்யாவை அவர்கள் ஆக்கிரமிக்கத் துடிப்பதை எப்படி ஏற்றுக்கொள்ள முடியும்?

ஜெர்மனி, ரஷ்யா இந்த இரண்டு நாடுகளை நம்பிதான் போஸ் இந்தியாவை விட்டு வெளியேறியிருந்தார். இப்போது இந்த இரு நாடுகளும் ஒன்றுக்கு ஒன்று எதிராகப் போர்க்களத்தில் நிற்கின்றன. இனி என்ன செய்வது?

போதாததற்கு நாஜி அரசு போஸை உளவு பார்க்கவும் ஆரம்பித்தது. அவரது தொலைபேசி இணைப்புகள் ஒட்டுக்கேட்கப்பட்டன. அவர் எங்கு சென்றாலும் அவரைப் பின்தொடர நிழல் போல் உளவாளிகள் வந்தனர். அவர் அனுப்பும், அவருக்கு வந்து சேரும் கடிதங்கள் அத்தனையும் பிரித்துப் படிக்கப்பட்டன.

முதல் முறையாக ஓர் எண்ணம் அவரைத் தாக்கியது. தவறு செய்து விட்டோமா?

சரியோ தவறோ இந்தியாவை விட்டு வெளியேறியாகிவிட்டது. திட்டம் பிசகிவிட்டது என்பதற்காகத் தலையைத் தொங்கப் போட்டுக்கொண்டு மீண்டும் தாயகம் திரும்ப முடியுமா? எத்தனை நம்பிக்கையுடன் புறப்பட்டு வந்தோம். எத்தனை ஆயிரம் இந்தியர்கள் போஸ் வெற்றியுடன் வருவார்

என்று எதிர்பார்த்திருப்பார்கள். அத்தனைப் பேரின் நம்பிக்கைகளையும் பொய்யாக்கிவிட முடியுமா?

தனது முடிவைத் திட்டவட்டமாகத் தெரியப்படுத்தினார் போஸ்.

'எங்களைப் பொறுத்தவரை ஜெர்மனி செய்வது தவறு. நாங்கள் ரஷ்யாவுக்கு ஆதரவாக இருக்கிறோம். ஆயிரம் காரணங்களைக் கூறினாலும் ரஷ்யா மீது ஜெர்மனி போர் தொடுப்பதை நியாயப்படுத்தவே முடியாது.'

•

ஜெர்மனிக்கும் இத்தாலிக்கும் மாறி மாறி பயணித்துக் கொண்டு இருந்தார் போஸ். போர்ச் சூழலை ஆழமாகக் கவனித்தார். அதே போல் இந்தியாவில் நடக்கும் ஒவ்வொரு நிகழ்வையும் உற்றுநோக்கிகொண்டிருந்தார். சிதறிக் கிடந்த இந்தியர்களிடம் நிறைய பேசினார். அவர்களை ஒன்றுதிரட்ட முடியுமா என்று ஆராய்ந்தார்.

போஸின் நடவடிக்கைகள் ஜெர்மனி, இத்தாலி இரு நாடுகளையும் கவர வில்லை. போஸை வெளியேற்றினால்தான் நிம்மதியாக செயல்படமுடியும் என்று அவர்களுக்குத் தோன்றியது. ரஷ்யாவை ஜெர்மன் ஆக்கிரமிப்பது தவறு என்று வேறு போஸ் எல்லா இடங்களிலும் பேசிக்கொண்டிருந்ததால் அவர்களுக்கு போஸ் மீது கடும் கோபம் இருந்தது. ஸ்விட்சர்லாந்து போன்ற ஏதாவதொரு நடுநிலைமை வகிக்கும் நாட்டுக்கு அவரை அனுப்பி வைத்தால் நன்றாயிருக்கும் என்று நினைத்தனர்.

•

ஆச்சரியம்தான்!

இத்தனைச் சிக்கல்களுக்கும் இடையே ஏ.சி.என். நம்பியார், என்.ஜி. கன்புலே, அபித் ஹசன் போன்ற நம்பிக்கைக்குரிய சிலர் போஸுக்குக் கைகொடுத்தனர். 1941 இறுதியில் பெர்லினில் சுதந்தர இந்திய மையம் (Free India Centre) என்னும் அமைப்பை போஸ் ஏற்படுத்தினார். இந்த அமைப்புக்குக் குறிப்பிடத்தக்க அங்கீகாரமும் கிடைத்தது, உண்மையி லேயே பெரிய விஷயம்.

'ஆசாத் ஹிந்த்' என்னும் பெயரில் வானொலி சேவையை இந்த அமைப்பு தொடங்கியது. இதே பெயரில் ஒரு பத்திரிகையும் வெளியிடப்பட்டது. ஜெர்மன், ஆங்கிலம் ஆகிய இரு மொழிகளில் இப்பத்திரிகை வெளிவந்தது.

பத்திரிகையையும் வானொலியையும் போஸ் மிகச் சரியாகப் பயன்படுத்திக் கொண்டார். இந்தியா எதிர்கொண்டிருக்கும் பிரச்னை குறித்து பல்வேறு கருத் தரங்குகள் நடத்தப்பட்டன. தீவிரமாகப் பல கட்டுரைகள் எழுதப்பட்டன.

போஸ் ஏற்படுத்தியிருப்பது ஓர் இயக்கமா அல்லது அரசாங்கமா என்று பலரும் திகைக்க வேண்டியிருந்தது. காரணம் அடுத்தடுத்து போஸ் செய்த சில வேலைகள். பிரத்தியேக தேசியக் கொடி ஒன்று வடிவமைக்கப்பட்டது.

காங்கிரஸ் பயன்படுத்தும் அதே மூவர்ணக் கொடி. கூடுதலாகப் பாயும் புலி ஒன்று. ரவீந்திரநாத் தாகூரின் 'ஜனகணமன' பாடல் முதல் முறையாகத் தேசிய கீதமாக அறிவிக்கப்பட்டது. அதே போல் முதல் முறையாக 'ஜெய் ஹிந்த்' என்னும் வீர வணக்கம் பிரபலப்படுத்தப்பட்டது.

'ஆஹா! இதுதான் மெய்யான இந்திய அரசாங்கம்!' என்று சிலிர்த்துப் போனார்கள் இயக்கத் தோழர்கள். போஸைக் கௌரவப்படுத்தும் வகையிலும் அவர் மீதான அன்பை வெளிப்படுத்தும் வகையிலும் 'நேதாஜி' என்னும் பெயரை அவருக்குச் சூட்டி மகிழ்ந்தனர்.

பிப்ரவரி 1942-ல் இயக்கத்தின் வானொலி தனது முதல் சேவையை ஆரம்பித்தது. முதல் முறையாக உரையாற்றியவர் போஸ்.

பெர்லினில் நின்றுகொண்டு தனது கம்பீரமான குரலில் பேசத் தொடங்கினார் போஸ்.

'இந்தியாவுக்கு விடிவுகாலம் நெருங்கிவிட்டது. இதுநாள் வரை இந்தியாவைப் பிணைத்து வைத்திருந்த சங்கிலி கூடிய விரைவில் அறுத் தெறியப்பட போகிறது. இந்தியாவின் விடுதலைக்குப் பிறகு ஆசியா, ஐரோப்பா இரண்டும் புதிய பாதையில் அடியெடுத்து வைக்கும்.'

•

இதே பிப்ரவரி மாதம் சிங்கப்பூர் வீழ்ந்தது. இந்தியாவின் வாசல் பக்கம் அதாவது பர்மாவில் ஜப்பானிய படைகள் குவியத் தொடங்கின. உடனே மனத்துக்குள் சுடச்சுட கணக்குப் போட ஆரம்பித்து விட்டார் போஸ்.

'ஐரோப்பாவில் இருந்து பயனில்லை. இனி, திரும்பவேண்டிய திசை, கிழக்கு. இந்தியாவை மீட்பதற்கான கடைசி சந்தர்ப்பம் இது.'

போஸ் தனக்குள் முணுமுணுத்துக் கொண்டார்.

'ஜப்பான்!'

சரி, இந்தப் போரில் ஜப்பான் நுழைந்தது எப்படி?

ஜெர்மனி-இத்தாலி அணியில் சேர செப்டம்பர் 27, 1941-ல் ஜப்பான் முடிவு செய்தது. ஆனால் சில நிபந்தனைகளை விதித்தது. அதாவது ஆசியாவிலுள்ள டச்சு, பிரெஞ்சு காலனிகளை ஜெர்மனி சொந்தம் கொண்டாடக் கூடாது. காரணம், இந்தக் காலனிகள் மீது ஜப்பானுக்கு ஒரு கண்.

ஜெர்மனி அரைமனத்துடன் இந்த ஒப்பந்தத்தில் கையெழுத்திட்டு ஜப்பானை இணைத்துக் கொண்டது. ஹிட்லருக்கு ஜப்பானின் ஆளுமை சுத்தமாக ஒத்துவரவில்லை. இருந்தாலும், போர்சமயம் என்பதால் பொறுத்துக் கொண்டார்.

போரில் ஜப்பான் காட்டிய தீவிரம் அனைவரையும் திரும்பிப் பார்க்க வைத்தது. டிசம்பர் 8-ம் தேதி ஹாங்காங் மீதும் மலேயா மீதும் போர்

தொடுத்தது ஜப்பான். ஜப்பானிடம் தாய்லாந்து சரணடைந்தது. டிசம்பர் 12 அன்று பிரின்ஸ் ஆப் வேல்ஸ் (Prince of Wales), ரிபல்ஸ் (Repulse) என்னும் இரண்டு பிரிட்டன் போர்க் கப்பல்களும் ஜப்பானால் மூழ்கடிக்கப்பட்டன. டிசம்பர் 14 அன்று தாய்லாந்து வழியாக ஜப்பானிய மோட்டார்கள், பீரங்கிகள், டாங்கிகள் பர்மாவுக்குள் புகுந்தன.

ரஷ்யா மீது ஜெர்மனி படையெடுத்ததை ஜப்பான் விரும்பவில்லை. போஸை ஜப்பான் ஈர்த்ததற்கு இதைத்தவிர வேறு காரணங்களும் இருந்தன.

1. பிரிட்டனின் பிடியிலிருந்து பர்மாவை விடுவித்து, பர்மாவுக்குச் சுதந்தரத்தைப் பெற்றுத்தர ஜப்பான் முயன்றது.

2. இந்தியாவின் சுதந்தரத்துக்காக ஜப்பான் ஆர்வம் காட்டும் என்றும் நேரடியாகக் களத்தில் இறங்கிப் போராட முடியாவிட்டாலும், போராடும் இந்தியர்களுக்கு உதவத் தயார் என்றும் ஜப்பான் அறிவித்தது.

ஐரோப்பாவிலிருந்து வெளியேறுவதற்கு முன்னால் ஒரு முறை முசோலினியையும் ஹிட்லரையும் நேரில் சந்திக்க விரும்பினார் போஸ்.

மே 4, 1942 அன்று முசோலினியைச் சந்தித்தார். இந்த முறை முசோலினி போஸின் பேச்சாற்றலில் சற்று மயங்கினார். உடனே ஹிட்லருக்கு ஒரு செய்தியும் அனுப்பினார். 'இந்தியாவைப் பற்றிய நமது முந்தைய முடிவை நாம் ஏன் மாற்றிக்கொள்ளக் கூடாது?'

ஹிட்லரிடமிருந்து பதில் இல்லை.

மே இறுதியில் முதலும் கடைசியுமாக ஹிட்லரைச் சந்தித்துப் பேசினார். பேச்சு விவரங்களை போஸ் வெளியிடவில்லை. ஒரே ஒரு செய்தியை மட்டும் வெளிப்படுத்தினர். 'அவருடன் இனி பேசிப் பயனில்லை.'

ஒரே ஒரு உதவியை மட்டும் செய்ய ஹிட்லர் ஒப்புக்கொண்டார்.

12. முதல் அரசாங்கம், இறுதிப் போர்

பிப்ரவரி 8, 1943. வடக்கு ஜெர்மனியில் உள்ள கியல் (Kiel) எனும் துறைமுகத்துக்கு போஸ், அபித் ஹசன் இருவரும் வந்து சேர்ந்தனர்.

போஸ் தமது சகோதரர் சரத் சந்திராவுக்குத் தன் கைப்பட ஒரு கடிதம் எழுதினார். 'பயங்கரமான ஒரு பயணத்தை மேற்கொள்ள உத்தேசித்துள்ளேன். இதில் இருந்து நான் உயிருடன் மீள்வேனா என்பது சந்தேகமே. என் மீது அன்பு செலுத்தியதைப் போலவே என் மனைவி மீதும் மகள் மீதும் அன்பு செலுத்த வேண்டுகிறேன். அவர்களை ஐரோப்பாவில் விட்டிருக்கிறேன்.'

பிப்ரவரி 9. கும்மிருட்டில் ஒரு நீர்மூழ்கிக் கப்பல் தயாராக இருந்தது. மிகச் சிறிய கப்பல் அது. டைப் 9 (Type IX) என்று சொல்வார்கள். சுற்றும் முற்றும் பார்த்தபடி இருவரும் உள்ளே நுழைந்தனர்.

கப்பலிலிருந்த அதிகாரி இருவரையும் உற்றுப்பார்த்தார்.

'மீண்டும் ஒரு முறை உங்களை எச்சரிக்க வேண்டியது என் பணி. இந்தக் கப்பல் கரை சேருமா சேராதா என்பது பற்றி உத்தரவாதம் அளிக்க முடியாது. எப்போது வேண்டுமானாலும் எது வேண்டுமானாலும் நிகழலாம். நீங்கள் தயாராகவே இருப்பீர்கள் என்று நம்புகிறேன்.'

'ஆம், தயாராகவே இருக்கிறோம்' என்றார் போஸ்.

கதவு சாத்திக்கொண்டது. குப்பென்று டீசல் வாசம் நாசியைத் தாக்கியது. அவர்கள் இருக்கையில் அமர்வதற்கும் கப்பல் சிறிது சிறிதாகக் கடலுக்குள் மூழ்கிப்போவதற்கும் சரியாக இருந்தது.

ஒரு சிறிய அறை. சாப்பாட்டில் கூட டீசல் வாசனை. அந்த அறைதான் உலகம். வெளியில் நடப்பது எதுவுமே தெரியாது. எங்கே இருக்கிறோம் என்றுகூடத் தெரியாது. ஒரு நாளைப் போலவே மற்றொரு நாள். எத்தனை நாள்கள்? எத்தனை வாரங்கள்? மாதங்கள்? தெரியாது.

இரவு நேரங்களில் கப்பல் மேல்பரப்பில் வந்துவிடும். அப்போதுதான் பேட்டரிகள் சார்ஜ் ஆகும். பகல் வேளைகளில் கடலுக்கடியேதான் பயணம். ஜெர்மானிய கடல் பகுதியைக் கடக்கும் போது எப்போது வேண்டுமானாலும் குண்டுகள் பொழியலாம் என்பதால் கப்பல் தயங்கித் தயங்கித்தான் நகரும்.

போஸால் உறங்க முடியவில்லை. எத்தனை எத்தனைத் திட்டங்கள்? இன்னமும் என்னென்ன செய்யவேண்டும்? எத்தனை ஆபத்துகள்? எந்தவிதப் பிழையும் இல்லாமல் எல்லாமே நடந்துவிட்டால் எத்தனை அற்புதமாக இருக்கும்? ஒட்டுமொத்த இந்தியாவையும் உய்விக்க இந்த ஒரு திட்டம் போதுமே?

ஒரு முறை ஹசனிடம் சில விவரங்களைச் சொல்லிக்கொண்டிருந்தார் போஸ். ஜான்சி ராணி ரெஜிமெண்ட் உருவாக்குவதைப் பற்றிய திட்டத்தைத்தான் அவர் விவரித்துக் கொண்டிருந்தார். அப்போது அவர்களுடைய நீர்மூழ்கிக் கப்பல் மேல்பரப்புக்கு வந்துகொண்டிருந்தது. ரோந்து சுற்றிக்கொண்டிருந்த ஒரு எதிரிக் கப்பல் இவர்களைப் பார்த்துவிட்டது.

அவ்வளவுதான். ஒரே பதற்றம். 'கீழே போங்கள்' என்று கேப்டன் உச்ச ஸ்தாயியில் கத்தினார். நீர்மூழ்கியை மோதுவதுபோல் நெருக்கத்தில் வந்துவிட்டார்கள். போஸ் ஹசனிடம் சொல்லிக்கொண்டிருந்தார். 'ஹசன் நான் சொல்வதை நீ எழுதிக் கொண்டிருக்கிறாயா இல்லையா? ஒரே வார்த்தையை இரண்டு முறை உச்சரித்துவிட்டேன். என்ன செய்து கொண்டிருக்கிறாய்?' ஹசன் தன் மனத்துக்குள் நினைத்துக் கொண்டார். 'இவருக்கு மரண பயமே கிடையாதா?'

ஏப்ரல் மத்தியில் நீர்மூழ்கிக் கப்பல் ஒரு வழியாக இந்தியப் பெருங் கடலைத் தொட்டது.

கப்பல் அதிகாரி போஸிடம் திரும்பினார்.

'மற்றொரு ஆபத்தான கட்டம் பாக்கியிருக்கிறது. இந்த நீர்மூழ்கியில் இருந்து ஜப்பானிய நீர்மூழ்கிக்கு நீங்கள் மாறவேண்டி இருக்கும்.'

'கடலிலேயே மாறவேண்டியிருக்குமா?' என்றார் ஹசன்.

'ஆமாம்.'

மடகாஸ்கரிலிருந்து 400 நாடிகல் மைல் அளவில் ஒரு ஜப்பானிய I-29 நீர்மூழ்கிக் கப்பல் தயாராக இருந்தது. இரண்டும் ஒன்றையொன்று சந்திக்க வேண்டும். ஜெர்மானிய கப்பலிலிருந்து ஜப்பானியக் கப்பலுக்கு மாற வேண்டும். இரவில் மாற முடியாது. வெளிச்சம் போதாது. பகலில் எதிரி கப்பல்களின் ரோந்து இருக்கும்.

போஸ் இருந்த ஜெர்மானிய நீர்மூழ்கிக் கப்பலை ஜப்பானியக் கப்பல் கண்டுபிடித்துவிட்டது. ஆனால் நெருங்க முடியவில்லை. பொழுது

விடிந்தால்தான் மேற்கொண்டு அசைய முடியும் என்பதால் இருந்த இடத்திலேயே சுற்றிக் கொண்டிருந்தது.

ஹசன் நகத்தைக் கடித்துக் கொண்டிருந்தார். நடுக்கடலில் எப்படி, கப்பல் விட்டுக் கப்பல் தாவுவது?

சூரியன் உதயமாகிக்கொண்டிருந்தது. ஆனாலும் ஜப்பானியக் கப்பலால் இவர்களை நெருங்க முடியவில்லை. கடல் கொந்தளித்துக் கொண்டிருந்தது. ரேடியோவில் தொடர்பு கொள்வதும் சாத்தியமாக இல்லை.

நீண்ட நேரம் காத்திருந்த பிறகு, போஸ் கப்பலிலிருந்து இரண்டு பேர் கடலில் குதித்து ஜப்பானியக் கப்பலைச் சென்றடைந்தனர். இரு கப்பல் கேப்டன்களும் (ஜப்பானிய கப்பலின் கேப்டன் ஜூய்ச்சி இசு) தொலைவி லிருந்தபடியே ஒருவரை ஒருவர் பார்த்துக் கையசைத்துக் கொண்டனர். ஒரு ரப்பர் தோணி மிதக்கவிடப்பட்டது. அதன் ஒரு முனை கயிற்றில் கட்டப் பட்டிருந்தது. கயிறைப் பிடித்தபடி அந்தத் தோணி மீது மெதுவாக ஊர்ந்து ஊர்ந்து செல்ல வேண்டும்.

நடுக்கடல். சுறாமீன்கள் உலாவும் கடல். கொந்தளித்துக் கொண்டு வேறு இருந்தது. ஆள் உயர அலைகள். ஹசன் போஸின் கைகளைக் பிடித்துக் கொண்டார்.

'உங்களால் ஜாக்கிரதையாக வர முடியுமா?'

போஸ் தனது கைகளை விடுவித்துக் கொண்டார். 'கவலை வேண்டாம். நீங்கள் முதலில் பத்திரமாகப் போங்கள்.'

இருவரும் பத்திரமாக ஜப்பானியக் கப்பலுக்கு வந்து சேர்ந்தனர். இரண்டாம் உலகப்போர் முழுவதுமே இப்படி ஒரு கப்பலில் இருந்து மற்றொரு கப்பலுக்கு நடுக்கடலில் மாறும் சாகசம் நடந்ததில்லை என்கிற விஷயம் இருவருக்கும் அப்போது தெரியாது.

சுமத்திராவிலிருந்து வடபுறம் அமைந்துள்ள சபாங் என்னும் பகுதியில் சில நாள்கள் ஓய்வு எடுத்துக்கொண்டபின் டோக்கியோ நோக்கிப் பறந்தனர்.

•

மே 13, 1943 அன்று டோக்கியோ வந்து சேர்ந்தனர். என்ன செய்யவேண்டும், யாரைப் பார்க்கவேண்டும், என்ன பேசவேண்டும் அனைத்தும் போஸின் மனத்தில் திரைப்படச் சுருள் போல் ஓடிக்கொண்டிருந்தது. ராணுவப் படை வீரர்களை, தளபதிகளை, அதிகாரிகளைச் சந்தித்துப் பேசினார். டோக்கி யோவை ஒரு வலம் வந்தார். தொழிற்சாலைகள், பள்ளிகள், கடைகள் எதையும் விட்டுவைக்கவில்லை.

ஜப்பானிய ராணுவ ஜெனரல் டோஜோ (Tojo) போஸை வரவேற்றுப் பல இடங்களைச் சுற்றிக் காண்பித்தார். நாடாளுமன்றத்துக்கே அழைத்துச் சென்றார். 'இந்திய விடுதலைப் போராட்டத்துக்கு ஜப்பான் உதவும்' என்று

அறிவித்தார். உலகப் போர் சூழலில் இப்படி ஒரு நாட்டின் தலைவர் மற்றொரு நாட்டுக்கு உதவி செய்வதாக அறிவித்தது அதுவே முதல் முறை.

போஸுக்கு மகா திருப்தி. பிரிட்டனை விரட்டியடிக்கும் சக்தி ஜப்பானிடம் இருக்கிறது. ஜப்பானே உதவ முன்வரும்போது வேறென்ன வேண்டும்? 'பிரிட்டனே, இதோ படை கொண்டு வருகிறேன். தயாராயிருங்கள்!'

இந்தியாவுக்கு ஒரு செய்தி அனுப்பினார் போஸ்.

'கவலை வேண்டாம். நான் தற்போது ஜப்பானில் இருக்கிறேன்!'

கிழக்கு ஆசியாவில் உள்ள இந்தியர்களுக்கு மேலும் ஒரு செய்தியை அவர் வெளியிட்டார்.

'நம் தாய்நாட்டில் நம்முடைய சகோதரர்களும், சகோதரிகளும் தம்மால் இயன்றவரை பேராடிக்கொண்டுதான் இருக்கிறார்கள். ஆனால் நம்முடைய எதிரியோ அரக்கத்தனமாக அவர்களை ஒடுக்கிக்கொண்டிருக்கிறான். அவனிடம் மலைபோல் ஆயுதங்கள் குவிந்து கிடக்கின்றன. அவனை எதிர்ப்பது என்பது சாதாரண காரியமல்ல. ஒத்துழையாமை இயக்கத்தின் மூலமோ, அமைதியான முறையிலோ அவர்களை வீழ்த்திவிட முடியாது.

ஆயுதங்களைக் கொண்டே பிரிட்டனுடன் நம்மால் போரிட முடியும். இந்தியாவில் இதற்கான சாத்தியக் கூறுகள் இல்லை. அங்கு படை திரட்ட முடியாது. அதனால் வெளிநாட்டு வாழ் இந்தியர்கள், குறிப்பாகக் கிழக்கு ஆசியாவில் உள்ள இந்தியர்கள் இந்தப் போராட்டத்தைக் கையில் எடுக்கவேண்டும்.

இதுதான் தருணம். தாய்நாட்டுப் பற்றுள்ள ஒவ்வொரு இந்தியனும் போர்க் களத்தை நோக்கி விரைய வேண்டும். நாட்டுப்பற்றுள்ள இந்தியர்களின் ரத்தம் நிலத்தில் சிந்தினால்தான் இந்தியாவின் சுதந்தரம் சாத்தியப்படும்.'

ஜூலை 2, 1943 அன்று ஒரு முக்கியத் தலைவரைச் சந்தித்தார் போஸ். அவர் ராஷ் பிகாரி போஸ். இருவரும் இணைந்து சிங்கப்பூர் வந்து சேர்ந்தனர்.

சரி, யார் இந்த ராஷ் பிகாரி போஸ்?

இந்தியாவிலிருந்து தப்பி ஜப்பானில் அடைக்கலம் அடைந்திருந்தவர் இவர். 1911-ல் லார்ட் ஹார்டிங் என்பவரைக் கொல்ல வெடிகுண்டு வீசிய குற்றத் துக்காக இந்தியாவில் இவர் தேடப்பட்டார். இவர் தலைக்கு ஒரு பெரிய விலையையும் நிர்ணயம் செய்திருந்தார்கள்.

இவர் ஜப்பானுக்குத் தப்பி வந்த சமயத்தில் ஜப்பானும் பிரிட்டனும் நட்புடன் இருந்தது. அதனால் ஜப்பானில் தங்கியிருப்பதில் அவருக்கு நிறைய சிரமங்கள். ஓடியோடி ஒளியவேண்டியிருந்தது. சமீபமாக ஜப்பானும் பிரிட்டனும் கீரியும் பாம்புமாக மாறியபிறகு, ராஷ்பிகாரி போஸ் ஜப்பானியராகவே மாறிப் போனார்.

இவரைப்போலவே பாங்காக்கில் இருந்த கியானி ப்ரீதம் சிங் (Giani Pritam Singh) என்பவரும் இந்திய சுதந்தரத்துக்காகப் போராடத் தயாராயிருந்தார்.

•

போஸின் வருகைக்கு முன்பாகவே, சரியாகச் சொல்வதானால் ஒரு வருஷத்துக்கு முன்னதாகவே கிழக்கு ஆசியாவில் உள்ள இந்தியர்கள் பிரிட்டனுக்கு எதிரான ஒரு படையை அமைப்பதற்கு முயன்றுகொண்டிருந்தனர். அப்படி உருவானதுதான் இந்திய ஐ.என்.ஏ. எனப்படும் இந்திய தேசிய ராணுவம் (Indian National Army).

மோகன்சிங் என்பவரும் ஃப்யுஜிவாரா என்னும் ஜப்பானியரும் இணைந்து உருவாக்கியதே இந்த ஐ.என்.ஏ.

ஆனால் நேதாஜியின் வருகைக்கு முன்னால் ஐ.என்.ஏ. கிட்டத்தட்ட, செயலற்ற நிலையில்தான் இருந்தது. வழிநடத்திச் செல்வதற்குத் 'தலைவர்' என்று சொல்லிக்கொள்ளும்படியாக யாரும் இல்லை. அமைப்பில் கட்டுப்பாடு இல்லை, ஒழுங்கு இல்லை. இப்படிப்பட்ட ஓர் அமைப்புதான் போஸின் கைகளுக்கு வந்து சேர்ந்தது.

ஜூலை 4, 1943 அன்று போஸை ஐ.என்.ஏ.வின் தலைவராக நியமித்தார் ராஷ் பிகாரி போஸ்.

'என் வாழ்விலே இது மிகவும் மகிழ்ச்சியான நாள். நம் தாய்நாட்டிலிருந்து வந்த ஒப்பற்ற ஒரு பொக்கிஷத்தை உங்களுக்குத் தருகிறேன். இந்திய இளைஞர்களிடையே நேதாஜி வீரம் மிக்கவர், நன்கு செயல்படுபவர். விடுதலைக்காக இறுதிவரை போராடுபவர். இன்று நான் என் தலைமைப் பதவியை ராஜினாமா செய்து நேதாஜியைத் தலைவராக நியமிக்கிறேன்.'

இயக்கத்தில் புது ரத்தம் பாயத்தொடங்கியது.

மந்திரத்துக்குக் கட்டுப்பட்டதைப் போல கும்பல் கும்பலாக மக்கள் களத்தில் குதித்தனர். ஆண்களும், பெண்களும் திரண்டனர். 'தயவு செய்து எங்களையும் சேர்த்துக் கொள்ளுங்கள்' என்று மன்றாடினர். வர்த்தகத்தில் ஈடுபடுபவர்கள், வீட்டுப் பெண்கள் அனைவரும் திரண்டனர். காந்தம் போல அனைவரையும் கவர்ந்து இழுத்தார் போஸ்.

ஜூலை 5 அன்று அணிதிரண்ட ஐ.என்.ஏ. படைகளைப் பார்த்துப் பூரிப்புடன் பேசினார் போஸ்.

'இந்தியா விடுதலையடைய வேண்டுமானால் நீங்கள் உங்களது ரத்தத்தை அளிக்கவேண்டும். போராடத் தயாராகுங்கள். இந்தியா விடுவிக்கப்பட்டவுடன் நீங்கள் அனைவரும் ராணுவத்தில் சேர்ந்து சுதந்தர இந்தியாவைக் காக்கும் புனிதப் பணியை மேற்கொள்ளலாம். நாம் நம்மைப் பலப்படுத்திக் கொள்ளவேண்டும். இனி வருங்காலத்தில் இந்தியாவை யாரும் கைப்பற்ற நாம் அனுமதிக்கக் கூடாது.

என்னால் உங்களுக்கு என்ன அளிக்க முடியும்? பசி, பட்டினி, தாகம், மரணம்தான். இதைத்தவிர வேறு என்ன அளிக்க முடியும்? ஆனால் ஒன்று மட்டும் உறுதி. நீங்கள் என்னைப் பின்தொடர்ந்தால் நான் உங்களைச் சுதந்தரத்தை நோக்கி அழைத்துச் செல்வேன்.

படைவீரர்களே! உங்களுடைய முழக்கம் இனி இதுதான். 'டெல்லி! டெல்லி நோக்கிப் புறப்படுவோம்!' எத்தனை பேர் பிழைப்பீர்கள் என்று எனக்குத் தெரியாது. ஆனால் ஒன்று மட்டும் தெரியும். பிரிட்டனின் கல்லறையில் நாம் வீறுநடை போட்டு நடக்கும்வரையில் நம்முடைய பயணத்துக்கு முடிவு கிடையாது.'

•

ஒவ்வொரு பகுதியாக இரவு பகலாகச் சுற்றத்தொடங்கினார் போஸ். கிழக்கு ஆசியா முழுவதையும் சுற்றிச் சுற்றி வந்தார். கூட்டம் கூட்டிப் பேசினார்.

அக்டோபர் 21, 1943 அன்று அந்த அதிசயம் நிகழ்ந்தது.

சிங்கப்பூரில் ஒரு மாற்று அரசாங்கத்தை போஸ் உருவாக்கினார். 'ஆசாத் ஹிந்த்' என்று அதற்குப் பெயரிடப்பட்டது. பிரிட்டனுக்கு மாற்றாக ஒரு முழுமையான இந்திய அரசாங்கமாக அது உருவானது.

அதே தினம் மற்றொரு அதிசயம்.

காதே சினிமா அரங்கம். ஊசி விழுவதற்குக்கூட இடம் இல்லை. மணி மாலை 4.30. போஸ் தனது இருக்கையிலிருந்து எழுந்தார். ஒட்டுமொத்தக் கூட்டமும் அவரை வைத்தகண் வாங்காமல் பார்த்துக் கொண்டிருந்தது.

போஸின் கண்கள் சிவந்திருந்தன. முந்தைய இரவு முழுவதும் கண்விழித் திருந்தார்; சுதந்தர இந்தியாவின் பிரகடனத்தை ஒரே இரவில் எழுதி முடித் திருந்தார். அன்று அவருக்குப் பதவி ஏற்பு விழா. பதவி? இந்தியப் பிரதமர்!

உரையாற்ற அழைக்கப்பட்டபோது தொண்டை அடைத்தது போஸுக்கு. கண்கள் கலங்கின.

'கடவுளின் பெயரால், கடந்துபோன தலைமுறைகளின் பெயரால், மறைந்த தியாகிகளின் பெயரால், இந்தியர்களை அழைக்கிறோம். அனைவரும் ஒன்றுபடுங்கள். இந்தியாவின் சுதந்தரத்துக்காகப் போராடத் தயாராகுங்கள். இந்திய மண்ணில் இருந்த பிரிட்டிஷ் படைகளை வெளியேற்றுவதுதான் இந்தப் புதிய அரசின் நோக்கம்!'

புதிய அரசின் தலைவராகப் பொறுப்பேற்றுக்கொள்ள போஸ் முன்வந்த போது அரங்கம் அதிர்ந்தது.

'கடவுளின் பெயரால் நான் இந்தப் புனிதமான பதவிப் பிரமாணத்தை எடுத்துக் கொள்கிறேன். இந்தியாவை விடுவிப்பதும், 38 கோடி இந்தியர் களை விடுவிப்பதற்கும் பாடுபடுவேன் என உறுதியளிக்...'

மேலே படிக்க முடியவில்லை. போஸ் நிறுத்திக்கொண்டார். பாக் கெட்டிலிருந்து கைக்குட்டையை எடுத்துக் கண்களைத் துடைத்துக் கொண்டார். அரங்கம் அமைதியாக இருந்தது.

'சுபாஷ் சந்திர போஸ் ஆகிய நான் என் இறுதி மூச்சு வரையில் இந்தப் புனிதப் போரை முன்னெடுத்துச் செல்வேன் என்று உறுதியளிக்கிறேன்.

நான் என்றென்றும் இந்தியாவின் சேவகனாக இருப்பேன். 38 கோடி இந்திய சகோதர, சகோதரிகளின் நலனுக்காகப் பாடுபடுவதே என்னுடைய கடமையாகும்.

சுதந்தரத்துக்குப் பிறகும், என்னுடைய கடைசி சொட்டு இரத்தம் இருக்கும் வரை இந்திய சுதந்தரத்தைப் பாதுகாக்க உழைப்பேன்.'

●

சுதந்தர அரசு பிரகடனத்துக்கு மறுநாள் ஜான்சி ராணி படைப்பிரிவை போஸ் தொடங்கிவைத்தார். படைத்தலைவராக கேப்டன் லஷ்மி நியமிக் கப்பட்டார். பெண்கள் வந்து குவிந்தனர். அவர்களுக்குச் செவிலியர் பணி ஒதுக்கப்பட்டபோது, 'வேண்டாம்' என்று சண்டை பிடித்துப் படைப் பிரிவில் சேர்ந்தனர். 'ஆண்களுக்குச் சமமாகப் போரிடுவோம்' என்று சொல்லித் தலைமுடியைக் கத்தரித்துவிட்டுக்கொண்டனர்.

போஸின் அத்தனைத் திட்டங்களுக்கும் தலையசைத்த ஜப்பான், ஜான்சி ராணி படைப்பிரிவை ஏற்றுக்கொள்ளத் தயங்கியது. பெண்களால் ஆயுதம் தாங்கிச் சண்டையிட முடியவே முடியாது என்று அவர்கள் நினைத்தனர். ஆனால் அணிவகுப்பைப் பார்த்தவுடன் மனம் மாறினர்.

இருநூறு வருஷங்களுக்குப் பிறகு இந்தியாவுக்கான ஒரு சுதந்தர அரசு நிறுவப்பட்டது. ஆனால் அந்நிய மண்ணில். போஸின் மாற்று அரசாங்கத்தை ஒன்பது நாடுகள் அங்கீகரித்தன. அவற்றுள் மூன்று மிகப்பெரிய நாடுகள் - ஜப்பான், ஜெர்மனி மற்றும் இத்தாலி. சீனா, பிலிப்பைன்ஸ், இந்தோ னேஷியா என்று பல நாடுகளும் போஸை இந்தியத் தலைவராகவே ஏற்றுக் கொண்டு கவுரவித்தன.

ஜப்பான் தனது ஆதிக்கத்தின் கீழ் இருந்த அந்தமான் நிக்கோபார் தீவுகளை ஆசாத் ஹிந்த் அரசுக்காக அளித்தது. ஆசாத் ஹிந்துக்குக் கிடைத்த முதல் பெரும் நிலப்பரப்பு இதுதான்.

இந்தியாவின் தலைவராக டிசம்பர் 29, 1943 அன்று மூவர்ணக் கொடியை ஏற்றி மகிழ்ந்தார் போஸ். அந்தமானை ஷாகித் (Shahid) என்றும், நிக்கோபாரை ஸ்வராஜ் (Swaraj) என்றும் பெயர் மாற்றினார் போஸ்.

ஜனவரி முதல் வாரத்தில் சிங்கப்பூரிலிருந்து தனது படைகளை ரங்கூனுக்கு அழைத்துச் சென்றார்.

போஸின் இதயம் படபடத்துக் கொண்டது. இந்தியாவுக்கு அருகே வந்தாகி விட்டது. ஓர் எல்லை, ஒரு கோடு மட்டுமே பர்மாவையும் இந்தியாவையும் பிரிக்கிறது.

இதோ இந்தக் காடுதான் எல்லாம். 'இங்கேயே முகாம் அமைத்துவிடலாம்!' என்றார் போஸ்.

பர்மாவில் உள்ள இந்தியர்களுக்கு மிகுந்த மகிழ்ச்சி. 'இந்திய விடுதலைக்கான போராட்டம் இந்த மண்ணிலிருந்தா தொடங்கப்போகிறது?'

'ஆமாம். எல்லோரும் தயாராகுங்கள்.'

பர்மாவுக்கும் இந்தியாவுக்கும் இடையே உள்ள காட்டுப்பகுதியில் கூடாரங்கள் அமைக்கப்பட்டன. அந்தப் பகுதிக்கு மரணப் பள்ளத்தாக்கு என்றே பெயர். அதிக அளவில் யானைகள், புலிகள் பாம்புகள் உள்ள பகுதி.

இந்த அத்துவானக் காட்டில் நிதி திரட்டும் பணி தொடங்கியது.

'இந்திய சுதந்தரத்துக்காக உங்களால் எவ்வளவு செய்ய முடியுமோ அவ்வளவு செய்யுங்கள்' என்றார் போஸ்.

மக்கள் மகிழ்ச்சியுடன் முன் வந்தனர். நிறைய இருந்தவர்கள் நிறைய கொடுத்தனர். சிறிது வைத்திருந்தவர்கள் அவ்வளவும் கொடுத்தனர். நிதி நிர்வாகம் சீரமைக்கப்பட்டது. மளமளவென்று பல துறைகள் உருவாயின. ஆடிட்டிங், நேதாஜி ஃபண்ட் கமிட்டி, ஆள்சேர்க்கும் துறை, ராணுவப் பயிற்சி, பெண்கள் பிரிவு, கல்வி, விளம்பரம், மருத்துவம், உளவுத்துறை. ஒரு நாட்டை நிர்வகிக்க என்னென்ன துறைகள் வேண்டுமோ அத்தனையும், பர்மா காட்டில் உருவானது.

நிர்வாகம் தயார்! அடுத்து படைவீரர்கள். பர்மா, தாய்லாந்து, மலேசியா பகுதிகளில் இருந்த ஐ.என்.ஏ. வீரர்கள் பர்மாவுக்கு வரவழைக்கப்பட்டனர்.

மறுபுறம், இரண்டாம் உலகப்போர் முழுமூச்சில் நடந்துகொண்டிருக்கிறது.

வெற்றி மட்டுமே பாக்கி.

பிரிட்டனை முற்றிலுமாக விரட்டியடித்தபிறகு என்ன செய்யவேண்டும் என்பதைக் கூட போஸ் துல்லியமாக யோசித்து வைத்திருந்தார். கரன்ஸி நோட்டுகள், தபால்தலைகள் முதற்கொண்டு அனைத்தும் தயாராக இருந்தன.

தொழில்நுட்ப வல்லுனர்கள், எலக்ட்ரிகல் இன்ஜினியர்கள், வயர்லெஸ் கருவிகளை இயக்குபவர்கள், சாலைப் பணியாளர்கள், லாரி ஓட்டுபவர்கள் அனைவரையும் தயார்படுத்தி வைத்திருந்தார். இவர்கள் எதற்கு? ஆசாத் ஹிந்த்தால் பிரிட்டன் முறியடிக்கப்படுவது உறுதி. ஆட்சி இவர்கள் கைக்கு வரப்போவது உறுதி. பிரிட்டன் படைகள் தோற்றுப்போய் ஓடப்போவது உறுதி. ஆனால் ஓடிப்போவதற்கு முன்னால் ஒரு வேளை பிரிட்டன் இந்தியாவின் வளங்களை அழித்துவிட்டால், சாலைகளைச் சிதறடித்து விட்டால், மின்சாரங்களை நிறுத்திவிட்டால்? என்ன செய்வது? இப்படி

எல்லாம் நடக்காது என்று எதிர்பார்க்கலாம், நம்பலாம். ஆனால் நடந்து விட்டால்? படைகள் மட்டும் இருந்தால் போதுமா? அரசு யந்திரம் மட்டும் இருந்தால் போதுமா? கடைநிலை ஊழியர்கள், பணியாளர்கள் முதற் கொண்டு அனைவரும் தயார் நிலையில் இருக்க வேண்டாமா?

அந்த இருண்ட காட்டில் போஸ் தனியாகப் பேசிக்கொண்டு இருந்தார்.

'வீடுகள் இடிக்கப்படுமே என்று கவலைப்படாதீர்கள். நாங்கள் கட்டித் தருகிறோம். புத்தம் புதிய வீடுகளைக் கட்டிக் கொடுக்கிறோம். பொருள்கள் நாசமாகிவிட்டால் கவலைப்படாதீர்கள். வாங்கித்தருகிறோம். குடிக்கத் தண்ணீர் இல்லையா? நாங்கள் ஏற்பாடு செய்கிறோம். கிணறு தோண்டு கிறோம். நாங்கள் பார்த்துக் கொள்கிறோம். சாலைகளை இணைக்கிறோம். விருப்பம்போல் பயணம் செய்யுங்கள். தபால் தலைகளைக் கூட தயார் செய்துவிட்டோம். பணம் அச்சடித்து முடித்துவிட்டோம். சற்றுப் பொறுங்கள். இதோ இந்திய எல்லையில் தான் நின்றுகொண்டிருக்கிறோம். இந்த எல்லையைத் தாண்டினால் இந்தியா. வந்துவிடுவோம். கவலை வேண்டாம். சற்றுப் பொறுங்கள்.'

போருக்கான வியூகம் அமைப்பதில் ஜப்பானியரின் உதவியை அவர் ஏற்றுக்கொண்டார். ஏனென்றால் பெரும்பாலான ஆயுதங்கள் அவர் களுடையது. படைவீரர்களில் பெரும்பாலானோர் ஜப்பானியர்கள்தாம். டாங்கிகள், துப்பாக்கிள், வெடிமருந்துகள் எல்லாமே அவர்கள் உபயம்தான். இருந்தாலும் ஜப்பானியர்கள் ஆசாத் ஹிந்துக்குக் கட்டுப்பட்டவர்களே. இதில் போஸ் மிகத் தெளிவாகவே இருந்தார்.

'இவருக்கு இவ்வளவு செய்கிறோமே பதிலுக்கு ஏதாவது கிடைக்குமா?' என்று ஜப்பான் எதிர்பார்த்தது உண்மை. சுதந்தரத்துக்குப் பிறகு ஆட்சியில் பங்கு கிடைக்குமா என்பது முதற்கொண்டு ஜப்பான் கனவு கண்டது உண்மை. இப்படியெல்லாம் ஜப்பான் கனவு காணும் என்று போஸ் அறிந்தேயிருந்தார்.

இந்திய-ஜப்பானிய போர் கூட்டுறவுக்குத் தலைவராக யாரை நியமிக்கலாம் என்ற கேள்வி எழுந்தபோது ஜப்பானிய அதிகாரிகளுக்கு ஒரு சபலம் தட்டியது.

'பேசாமல் ஜப்பானியர் யாரையாவது தலைமை தாங்கச் சொல்லாமே?' என்றார் ஓர் உயர் அதிகாரி.

'ஏன் அப்படிச் சொல்கிறீர்கள்?' என்றார் போஸ்.

'இல்லை, எங்களுக்குத் தான் போர் வியூகம் அமைக்கவும் போரை முன்னெடுத்துச்செல்லவும் நன்றாகத் தெரியும். அதனால்தான் சொன்னேன்.'

'அப்படியா?'

'ஆமாம். நிறைய ஜெனரல்களும் தளபதிகளும் இருக்கிறார்கள். இதோ இங்கேயே இருக்கிறார்கள். உங்களுக்கு யாரைப் பிடித்திருக்கிறதோ அவரையே நியமிக்கலாம்.'

'வேண்டாம். ஓர் இந்தியர்தான் தலைமை தாங்க வேண்டும். இல்லா விட்டால் தலைமையே இல்லாமல் இருக்கட்டும். ஜப்பானியத் தலைமையை நாங்கள் ஏற்றுக்கொள்ள முடியாது. ஜப்பானின் உதவியை நாங்கள் பெற்றிருப்பது என்னவோ உண்மைதான். ஆனால் இந்தப் போராட்டம் இந்தியாவுடையது. நீங்கள் கவலைப்படவேண்டாம். நாங்கள் பார்த்துக் கொள்கிறோம்.'

அந்த ஜப்பானிய அதிகாரியின் முகம் சுருங்கிப்போனது.

'ஒரு நிமிஷம்!' என்றார் போஸ். அந்த அதிகாரி திரும்பினார்.

'பிரிட்டனின் இடத்தில் ஜப்பானை நிறுத்திவைக்க எனக்கு உடன்பாடில்லை. நான் சொல்வது உங்களுக்குப் புரிகிறதா?'

ஒரு வார்த்தை கூட பேசாமல் அந்த அதிகாரி நகர்ந்துகொண்டார்.

•

போஸ் தனது படைவீரர்களுடன் பேசினார்.

'மீண்டும் சொல்கிறேன். இந்தப்போரில் கலந்துகொள்வதா வேண்டாமா என்று நீங்களே முடிவு செய்துகொள்ளுங்கள். உங்களுக்கு ஒரு துளி சந்தேகம் இருந்தாலும் சரி. விலகிவிடலாம். தயங்கவே வேண்டாம். உங்களுக்கு வேறு பணிகளை ஒதுக்கித்தருகிறேன். எத்தனை பேர் போரில் ஈடுபடப்போகிறீர்கள் என்பது முக்கியமல்ல. முழுமனதுடன் இந்தப் போராட்டத்தில் பங்கு கொள்ள சொற்பமானவர்கள் இருந்தாலே போதும். உங்கள் வழியை நீங்களே தேர்ந்தெடுத்துக் கொள்ளுங்கள். நீங்கள் வரவில்லையென்றால் நான் உங்களைக் கடிந்துகொள்ள மாட்டேன்.'

'நாங்கள் நிச்சயம் வருவோம்' என்று குரல் எழுப்பினர் படைவீரர்கள். ஒருவர் கூட பின்தங்கவில்லை.

'என்னுடன் வருபவர்களுக்கு என்னால் என்ன தரமுடியும்? பசி, பட்டினி, தாகம், கஷ்டம், மரணம் இவைதான், இவை மட்டும்தான்.'

'பரவாயில்லை வருகிறோம்'

•

'மிகச் சரியான சமயம். நமது முதல் தாக்குதலைத் தொடங்கலாம்.' போஸ் கட்டளையிட்டார்.

பிப்ரவரி 4, 1944. சிட்டகாங் செல்லும் வழியில் உள்ள அரக்காண் பிரன்ட் (Arakan Front) பகுதியில் முதல் தாக்குதல் தொடங்கியது. இந்திய பர்மிய எல்லைப் பிரதேசம் அது.

ஏராளமான உற்சாகத்துடனும் எழுச்சியுடனும் பிரிட்டன் படைகளை எதிர்கொண்டது ஐ.என்.ஏ. மொத்தம் எட்டு இடங்களில் பிரிட்டிஷ்

படையினரும் ஐ.என்.ஏ வீரர்களும் நேருக்கு நேராகச் சந்தித்துக் கொண்டனர். மிகத் தீவிரமான தாக்குதலாக அது அமைந்தது.

ஐ.என்.ஏ. பிரிட்டிஷ் படைகளைச் சிதறடித்தது.

முதல் வெற்றி. மாபெரும் வெற்றி.

மற்றொருபுரம் பூனா சிறையில் காந்தி அடைக்கப்பட்டிருந்தார். உண்ணாவிரதமும் மேற்கொண்டிருந்தார்.

'அவர் சாக விரும்பினால் சாகட்டும், யாரும் அவரைத் தடுக்கவேண்டாம்' என்றார் சர்ச்சில்.

ஐ.என்.ஏ.வின் அடுத்தக் குறி இம்பால்.

ஏப்ரல் 22-ல் தொடங்கியது தாக்குதல். மே 20 வரை நீடித்தது. ஐ.என்.ஏ மிகக் கடுமையாகப் போராட வேண்டியிருந்தது. இந்த முறை பிரிட்டன் தனது போர் முறையை மாற்றியமைத்தது. ஏராளமான கோவேறு கழுதைகளை விமானம் மூலம் கொண்டு வந்து இறக்கினார்கள். பிரிட்டன் படையினரின் உடைமைகளை, ஆயுதங்களை இந்தக் கோவேறு கழுதைகள் சுமந்து வந்தன. சுமை குறைந்ததால் வீரர்களால் லாகவமாகச் செயல்பட முடிந்தது.

தாக்குப்பிடிக்க முடியாமல் தடுமாறியது ஐ.என்.ஏ.

வயர்லெஸ் இல்லை. ஃபோன் இல்லை. மோட்டார் சைக்கிள் இல்லை. உணவுப் பஞ்சம் வேறு. பிரிட்டிஷ் படையினர் அனைவருக்கும் பச்சை நிற ராணுவ உடை வழங்கப்பட்டிருந்தது. இதனால் அவர்கள் காடுகளில் பதுங்கியிருக்கும்போது குறிபார்ப்பதற்குச் சிரமமாக இருந்தது. ஆனால் ஐ.என்.ஏ. வீரர்களோ காக்கி நிற அரைக்கால் நிக்கர் அணிந்திருந்தனர். சுலபமாக மேலிருந்து தாக்குவதற்கு வசதியாக இருந்தது.

தவிரவும், இம்பாலுக்கு அருகேயிருந்த நாகர்கள் ஐ.என்.ஏ. வீரர்களை பிரிட்டிஷ் படையிடம் காட்டிக்கொடுத்தனர்.

உணவு சமைக்க அடுப்பு மூட்டும்போதெல்லாம் இவர்கள் தாக்கப்பட்டனர். தண்ணீர் இல்லை. பதுங்கிக்கொள்ள வெட்டிய குழிகளில் பிணங்களைப் போட்டுப் புதைக்க வேண்டிய நிலை ஏற்பட்டது. கழிப்பிடங்கள் இல்லை. தொற்று நோய் வேகமாகப் பரவியது.

ஐ.என்.ஏ. வீரர்களோடு ஈடுகொடுத்து பிரிட்டிஷாருடன் போராடினர் ஜப்பானியர்கள். பிணங்களை அரண் போல் அடுக்கி அதற்குப் பின்புறம் நின்றுகொண்டு சுட்டனர். தொடர்ந்து 60 நாள்கள் உணவு இல்லாமல் தாக்குப்பிடித்தனர், தாக்கினர்.

சாமுராய் குணம் பொருந்தியவர்கள் ஜப்பானிய படைவீரர்கள். போராட்டத்தின் இறுதிக் கட்டம் வரை வாள் ஏந்தி நிற்கத் தயங்காதவர்கள். போர்களத்துக்குப் புறப்படுவதற்கு முன்பே தனக்காக இறுதிச்சடங்குகளை

நிறைவேற்றிவிடுவது இவர்களது வழக்கம். நாட்டுக்காக இறப்பதைப் புனிதமாகக் கொண்டாடுபவர்கள் இவர்கள். உடன் போரிடும் வீரர்களுக்கு அடிபட்டால் அவர்களைக் கவனிக்காமல் எதிரிகளோடு தொடர்ந்து போரிட்டுக்கொண்டிருப்பார்கள்.

ஒன்றன் பின் ஒன்றாகச் சோதனைகள். ஒன்றைச் சமாளித்து முடிப்பதற்குள் மற்றொன்று. விழி பிதுங்கிவிட்டது.

திடீரென்று கொட்டும் மழை. மழை என்றால் சாதாரண மழை அல்ல. பேய் மழை. உணவு கொண்டு வரும் பாதை முழுவதும் அடைத்துக்கொண்டது. தொடர்பு முற்றிலுமாகச் செயலிழந்துபோனது.

அகோரப் பசி. புல்லைப் பிடுங்கி அப்படியே சாப்பிட்டனர் பல ஜப்பானியர்கள். மூட்டை தூக்கி வந்த மாடுகளைக் கொன்று, சமைத்துச் சாப்பிட்டனர்.

ஐ.என்.ஏ.வும் ஜப்பானியர்களும் சிறிது சிறிதாகத் தளர்ந்துகொண்டிருந்த அதே சமயம், பிரிட்டனின் வலிமை கூடிக்கொண்டே சென்றது. பிரிட்டன் படைகள் போதாதென்று அமெரிக்காவும் தன் பங்குக்கு வான்வழித் தாக்குதலைத் தொடங்கியது. அமெரிக்காவின் புண்ணியத்தில் 6000 டன் வெடி குண்டுகள் வீசப்பட்டன.

கொத்துக் கொத்தாகச் சேர்ந்த பிணங்களை நதிகளில் தூக்கி எறிந்தனர்.

முட்டா கூச்சி என்னும் ஜப்பானிய ஜெனரல் அடித்தொண்டையில் கத்திக் கொண்டிருந்தார்.

'ஜப்பானியப் படையினர் உணவு இல்லாவிட்டால் கூடப் போராட வேண்டும். குண்டுகள் தீர்ந்து போனால் கத்தியால் போராடுங்கள். கத்திகள் இல்லாவிட்டால் கைகளால் போரிடுங்கள். கைகளை இழந்தால் காலால் எட்டி உதையுங்கள். கால்கள் இல்லாமல் போனால் பற்களால் எதிரிகளைக் கடியுங்கள். மறக்காதீர். ஜப்பானிய ராணுவம் எந்தக் காலத்திலும் தோற்றதில்லை. பிற்காலத்தில் வரலாறு எழுதுபவர்கள் இந்தப் போர் முறைகளை இவர்கள் கையாளவில்லையே என எழுதக் கூடாது.'

இவர் கத்திக்கொண்டிருந்தது யார் காதிலும் கேட்கவில்லை. எல்லோருக்கும் பசி மயக்கம்.

பசியைத் தாங்கிக்கொள்ள முடியாத பலர் தற்கொலை செய்துகொண்டனர்.

மொத்தம் 2,20,000 ஜப்பானியர்கள் இப்போரில் பங்கெடுத்துக் கொண்டனர். உயிர் பிழைத்தவர்கள் 1,30,000 பேர்தான்.

போரை உடனடியாக நிறுத்திக்கொள்ளுமாறு ஜூலை 6-ம் தேதி ஜப்பானிய பிரதமர் டோஜோ ஆணையிட்டார்.

தனியாக உட்கார்ந்து யோசித்துக் கொண்டிருந்தார் போஸ். துக்கம் தொண்டையை அடைத்தது.

எங்கே தவறு? யார் செய்த தவறு? எதிரிகளின் பலத்தைக் குறைத்து மதிப்பிட்டு விட்டோமா? இயற்கையே சதி செய்துவிட்டதா?

எத்தனை உயிர்களை இழந்துவிட்டோம். விருப்பமில்லாதவர்கள் திரும்பிவிடலாம் என்று எத்தனையோ முறை கூறியும் போகமாட்டோம் என்று சொல்லி, துப்பாக்கி தூக்கி ஓடிவந்தார்களே? எங்கே அவர்கள்? எத்தனை எத்தனை ஜப்பானியர்கள் இறந்துபோனார்கள்? எத்தனை எத்தனை இந்தியர்கள்?

கனவு கண்டது தவறா?

திடீரென்று காந்தியின் நினைவு அவரை அழுத்தியது. திடுக்கிட்டு எழுந்து அமர்ந்தார் போஸ். காந்தி இப்போது என்ன நினைத்துக் கொண்டிருப்பார்?

ஆகஸ்ட் 4, 1944. ரங்கூன் ரேடியோ வழியாக ஒரு செய்தியை ஒலிபரப்பினார் போஸ். இந்தச் செய்தி காந்திக்கு.

மகாத்மாஜி, தேசத்தின் தந்தையே!

நான் இன்று ஏற்று நிற்கும் ஆபத்தான வேலையை, அதை ஏற்பதற்கு முன்னால், ஒரு நாளல்ல, ஒரு வாரமல்ல, பல மாதங்கள் வரை ஆற அமர யோசித்தேன். என் நாட்டு மக்களுக்கு நீண்ட காலமாக நான் சேவை செய்திருக்கிறேன். என்னால் முடிந்தவரையில் உழைத்திருக்கிறேன். ஆகவே நான் துரோகியாகப் பட்டம் சூட்டிக் கொள்ளவோ, பிறர் என் செய்கையை அப்படிக்கூற வேண்டுமென்றோ நான் விரும்பவில்லை. பொதுவாழ்வில் ஈடுபட்ட எந்த ஊழியனுக்கும் கிடைக்கக்கூடிய மாபெரும் உன்னதப் பதவியை, என் தேச மக்கள், என்பால் கொண்ட அன்பினால் எனக்குத் தந்தார்கள். அதற்கு இன்னும் நான் நன்றி செலுத்துகிறேன்.

தீவிரமும் உண்மையும் கொண்ட கோஷ்டி ஒன்றும் என் தலைமையை ஏற்கத் தயாராகவே இருந்தது. இவற்றையெல்லாம் விட்டு, நான் அபாயம் மிகுந்த பாதையை மேற்கொண்டேன். இதனால் என் உயிருக்கு மட்டும் அன்றி, என் கட்சிக்கும் ஆபத்தைச் சம்பாதித்துக் கொடுத்தேன். இந்தியாவை விட்டு வெளியேறாதபடி, இந்தியாவுக்குள்ளிருந்தே சுதந்தரத்தைப் பெற்றுவிட முடியும் என்ற நம்பிக்கை துளி அளவாவது எனக்கு இருந்திருக்கும்பட்சத்தில் நான் இந்தியாவை விட்டு நெருக்கடியான சமயத்தில் வெளியேறியிருக்க மாட்டேன்.

என் தாய் நாட்டின் கௌரவத்தையோ நலன்களையோ பாதிக்கும் முறையில் சிறிதளவுகூட நான் நடக்க மாட்டேன் என்பதை நீங்கள் நம்ப வேண்டும்.

இந்தியாவின் கடைசி சுதந்தரப் போர் தொடங்கிவிட்டது. எத்தனையோ சிரமங்களுக்கு இடையே ஆசாத் ஹிந்த் தொடர்ந்து போரிட்டுக் கொண்டிருக்கிறது. கடைசி பிரிட்டிஷ் ஆள் இருக்கும்வரை தொடர்ந்து போரிட்டுக்கொண்டிருப்போம்.

தேசத்தின் தந்தையே! இந்திய விடுதலையை எண்ணி நடக்கும் இந்தப் புனிதமான யுத்தத்தில் உங்கள் ஆசிர்வாதத்தையும் வாழ்த்துகளையும் நாங்கள் பெற ஆசைப்படுகிறோம். ஜெய் ஹிந்த்!'

'தேசத்தின் தந்தையே' என்று காந்தியை போஸ் அழைத்தது அதுவே முதல் முறையாகும்.

•

சிறிது சிறிதாக ஐ.என்.ஏ. பின்வாங்கத் தொடங்கியது.

ஐ.என்.ஏ. உயர் அதிகாரிகள் அனைவரும் ஒருவர் பின் ஒருவராகச் சரண் அடைந்தனர்.

பலத்த சேதம். வீரத்தோடுதான் அவர்கள் போரிட்டனர். வெறியுடன் தான் இருந்தனர். ஆனாலும் அவர்களால் தாக்குப்பிடிக்க முடியவில்லை. காயம் அடைந்தவர்களுக்கு மருத்துவ உதவி அளிக்க முடியவில்லை. மலேரியா, வயிற்றுக் கடுப்பு வந்து பலர் உயிர் இழந்தனர்.

ஐ.என்.ஏ.வால் இனி முன்னேற முடியாது என்பதை போஸ் உணர்ந்துகொண்டார்.

அடுத்து என்ன? அடுத்து என்ன? அவசர அவசரமாக ஓடி பர்மியர்களை ஒன்று சேர்த்தார்.

'இந்தப் பின்னடைவை நினைத்து வருந்திக்கொண்டிருக்காதீர்கள். முன்பை விட வேகமாக வேகமாக வேலை செய்யுங்கள். நிறைய பணம் தேவைப் படும். சேகரியுங்கள்.'

அனைவரும் ஓடினர். பணம், பொருள், தங்கம் வந்து குவித்தது.

'இம்பால் நம்மை விட்டுப் போகாது. தொடர்ந்து போராடுவோம். ஒரு முறையல்ல இரு முறையல்ல பத்து முறைகூட.'

சோம்பிக் கிடந்தவர்களைக் கூடத் திமிறி எழ வைத்தது போஸின் உற்சாகம். தோல்வியின் களை, சிறிது கூட அவரிடம் இல்லை.

'சுதந்தரத்தை அளிக்க நான் தயார். உங்கள் ரத்தத்தை அளிக்க நீங்கள் தயாரா?'

போஸின் உணர்ச்சிபூர்வ அழைப்பு மேலும் பலரை இழுத்து வந்தது.

போஸின் படையில் சேரும் ஒவ்வொரு நபருக்கும் 100 பேர் என பிரிட்டனில் சேர்ந்துகொண்டிருந்தனர். ஆயுதங்களும் பெருகிக்கொண்டே இருந்தன. பீரங்கி, டாங்கி, இயந்திரத் துப்பாக்கிகள் என குவிந்தபடி இருந்தன. மவுண்ட்பேட்டன் தன் பங்குக்குப் போர்க்களத்துக்குப் பெட்டிப் பெட்டியாக, பீர் பாட்டில்களை அனுப்பி வைத்தார்.

பிரிட்டன் படை இவர்களது கூடாரத்தை நோக்கிச் சிறிது சிறிதாக நகர்ந்துகொண்டிருந்தது. அடுத்து ரங்கூன்தான். மொத்தப் படையும்

அணிதிரட்டி வந்தால் அவ்வளவுதான். ரங்கூனிலிருந்தவர்கள் விவரம் அறிந்து துடிதுடித்துப்போனார்கள். போஸ் இனியும் இங்கு தங்கியிருப்பது நல்லதல்ல என்று அவர்களுக்குத் தோன்றியது. உடனே அவர் பர்மாவை விட்டுத் தப்பிச்செல்ல வேண்டும் என்று அவர்கள் கேட்டுக்கொண்டனர். தாய்லாந்தோ, ஜாவாவோ, ஜப்பானோ எங்காவது ஓரிடத்துக்குத் தப்பிச் செல்லவேண்டும் என அவர்கள் விரும்பினர்.

பர்மாவை விட்டு வெளியேற போஸ் ஒப்புக்கொண்டார். வேறு வழியில்லை.

இனியும் ரங்கூனில் தங்கியிருக்க முடியாது. ஒவ்வொரு நிமிஷமும் ஆபத்துதான்.

வெறியேறும் முன் எஞ்சியிருக்கும் ஐ.என்.ஏ. படைகளைக் கண்ணீர் மல்கப் பார்த்தார் போஸ்.

'வீரம் மிக்கத் துருப்புகளே,

இம்பாலிலுள்ள பர்மாவிலும் நமக்குத் தோல்விகள் ஏற்பட்டுவிட்டன. இது முடிவான தோல்வியல்ல. சுதந்தரப் போராட்டத்தில் இது ஒருபடிதான். இன்னும் எத்தனையோ படிகளைக் கடந்தாக வேண்டும்.

எனக்குத் தோல்வியே பிடிக்காது. தோல்வி மனப்பான்மையை நான் வெறுப்பவன். ஆகவே நமக்குத்தான் வெற்றி. நீங்கள் அரக்காணிலும் இம்பாலிலும் நடத்திய வீரப்போராட்டம் சரித்தரத்தில் பொறிக்கப்பட வேண்டியவை.

இந்த இருள் சூழ்ந்த நேரத்தில் நான் உங்களுக்கு ஒரு வார்த்தைதான் கூற விரும்புகிறேன். நீங்கள் தோல்வியே அடைந்தாலும் கண்ணியத்துடனும், வீரத்துடனும் ஒழுக்கத்துடனும் அந்தத் தோல்வியை ஏற்று நில்லுங்கள். அடிமைகளாகப் பிறக்காமல் சுதந்தரர்களாகப் பிறக்கும் எதிர்கால இந்திய சந்ததி உங்களை வாழ்த்தும்,உங்கள் தியாகங்களையும் பாராட்டும்.'

'நம்மை நம்பி வந்த பெண்களை அப்படியே விட்டுவிட்டு என்னால் வரமுடியாது. எனக்குச் சில வாகனங்கள் தேவைப்படுகின்றன!' என்றார் போஸ்.

'எத்தனை தேவையோ எடுத்துக் கொள்ளுங்கள்.'

'இல்லை. இங்குள்ள ஆட்களுக்குத் தேவைப்படும். எனக்கு நான்கு லாரிகளும் சில ட்ரக் வண்டிகளும் மட்டுமே போதும்.'

மொத்தம் 12 லாரிகள் தயார். 21 நாள்கள். ஜான்சி படைப்பிரிவைச் சேர்ந்த அனைவரும் நடக்கத் தயாரானார்கள். அவர்களுடைய இலக்கு பாங்காங்.

வண்டியில் ஏறிக்கொள்ளுங்கள் என்று எத்தனையோ முறை சொல்லியும் போஸ் மறுத்துவிட்டார். மூன்று இரவுகள் தொடர்ந்து நடந்துகொண்டேயிருந்தனர். பெண்களை வண்டிகளில் அமர்த்திவிட்டு நடந்தே வந்தார். சிட்டகாங் பகுதி வந்ததும் வண்டிகளை மேலே கொண்டுசெல்ல முடிய

வில்லை. எல்லோருமே நடக்க வேண்டியிருந்தது. எதிரி விமானங்கள் விர்ரென்று தலைக்கு மேலே பறந்துபோகும்போது ஒதுங்கிவிடுவார்கள்.

இனிமேல் ஓர் அடி கூட எடுத்து வைக்க முடியாது என்ற நிலையில், மே 14 அன்று பாங்காக் வந்து சேர்ந்தனர். ஜான்சிபடை வீரர்கள் அனைவருக்கும் 'ஊதியப் பட்டுவாடா' செய்து அவர்களுக்கு விடை கொடுத்தார்.

மிகப்பெரிய தோல்வி.

ஐ.என்.ஏ. படைக்கு மட்டுமா? ஜெர்மனியும் வீழ்ந்துவிட்டது.

போஸ் யோசித்தார். ஜப்பானால் இன்னும் எத்தனைக் காலத்துக்குத் தாக்குப்பிடிக்கமுடியும்? அத்தனைப் பெரிய ஹிட்லரே வீழ்ந்துவிட்ட பிறகு, ஜப்பானால் தனியாக இயங்க முடியுமா?

அமெரிக்கா-பிரிட்டன். இரண்டு பெரிய வல்லரசு பூதங்கள் கூட்டுச் சேர்ந்துவிட்டன. இவர்களை எதிர்ப்பது சாமானியமான செயல் இல்லை.

அடுத்து என்ன?

அவ்வளவுதானா? போராட்டம் முடிந்துவிட்டதா? நிரந்தர தோல்விதான் முடிவா?

ஜப்பானும் தோற்றுவிடும்பட்சத்தில், அடுத்து யார் இருக்கிறார்கள்?

ரஷ்யா?

ஜெர்மனியும் ரஷ்யாவும் எதிருக்கு எதிர். ஜெர்மனியோடு நெருங்கிப் பழகிய பிறகு ரஷ்யாவின் உதவியை நாட முடியாது.

பிரச்னை என்னவென்றால் போஸ் கனவு காண்பவர். தான் கானும் கனவு நிஜமாகும் என்று தீவிரமாக நம்புபவர்.

இம்பால் தோல்வி அவரைப் புரட்டிப் போட்டது நிஜம். எல்லாம் முடிந்து விட்டது என்று அவர் அச்சப்பட்டது நிஜம். இறந்துபோன வீரர்களைக் கண்டதும் தவறு செய்துவிட்டோம் என்று கலங்கி நின்றது நிஜம். ஆனால் அப்படியே நின்றுவிடவில்லை போஸ்.

ரஷ்யாவை எப்படி நெருங்கலாம் என்று யோசித்தார் போஸ். தனக்குத் தெரிந்த ஜப்பானியர்கள் மூலமாக வேலையை ஆரம்பித்துவிட்டார்.

1945 ஜூன் மத்தியில் இந்தியாவிலிருந்து ஒரு செய்தி கிடைத்தது. புதிதாக ஒரு வைசிராய் வந்திருக்கிறாராம். பெயர் லார்ட் வாவெல் என்பதாம். இந்த லார்ட் ரொம்ப நல்லவராம். காங்கிரஸோடு இணக்கமாகப் போகவே அவருக்கு விருப்பமாம். பிரிட்டன் படைகளுக்கு இந்தியர்கள் நிரம்ப உதவி செய்ததால் உச்சி முகர்ந்து அவர்களைப் பாராட்டப் போகிறாராம். பல உயர் மட்ட பதவிகளில் இந்தியர்களை அமர வைக்க திட்டமாம்.

'ஐயோ இவர்களை எல்லாம் நம்பவே நம்பாதீர்கள். இவர்கள் சதிகாரர்கள்' என்று காந்திக்கு வேண்டுகோள் விடுத்தார் போஸ்.

'இந்திய சுதந்தரப் பிரச்னையை இவர்கள் உள்நாட்டுப் பிரச்னையாகக் குறுக்கி விடுவார்கள். அவர்களுடன் இணையவேண்டாம். 'இந்தியாவின் சுதந்தரம் என்பது சர்வதேசப் பிரச்னையாக இருக்கும்வரைதான் நமக்கு நல்லது.'

நல்ல வேளையாக போஸ் நினைத்ததைப் போல் எதுவும் நடக்கவில்லை.

ஆகஸ்ட் 12, 1945. ஜப்பான் சரணடைந்த விஷயத்தை, போஸ் தெரிந்து கொண்டார்.

ஒரே விநாடியில் அத்தனைக் கனவுகளும் வடிந்துபோயின. ஜப்பானை நம்பித்தான் இத்தனைப் பெரிய கனவுக் கோட்டையைக் கட்டியிருந்தார். ஆனால் ஜப்பானே இல்லையெனும் பட்சத்தில் என்ன செய்வது? அத்தனைப் பெரிய ஜப்பானே சரணாகதி அடைந்தவிட்டது என்றால் ஐ.என்.ஏ. எந்த மூலைக்கு?

இரவு முழுவதும் விழித்தபடியே யோசித்துக் கொண்டிருந்தார் போஸ். ஜப்பானியர்கள் இல்லாவிட்டால் படை ஆட்டம் கண்டுவிடும். அது தெரிந்ததே. ஏற்கெனவே அனுபவித்த சேதத்தைவிடப் பன்மடங்கு சேதம் ஏற்படுமே? ஒருவேளை ஐ.என்.ஏ. என்னும் அமைப்பையே முற்றிலுமாக அழித்து ஒழித்துவிடுவார்களா?

உடனடியாகச் சிங்கப்பூர் விரைந்தார் போஸ்.

சிங்கப்பூர் வந்துவிட்டால் பிரச்னை தீர்ந்துவிடுமா? அடுத்து என்ன? அடுத்து என்ன? எனும் கேள்வி போஸை துரத்தித் துரத்தி வந்தது.

சிங்கப்பூரிலுள்ள துருப்புகளோடு இணைந்துவிடலாமா? அவர்களோடு சேர்ந்து சரணடைந்துவிடலாமா? இதுமட்டும்தான் சாத்தியமா? வேறு வழியே கிடையாதா?

சில முக்கிய மந்திரிகளுடன் பேசிப்பார்த்தார்.

ரஷ்யாவைத் தவிர வேறு வழி இருப்பதாகத் தெரியவில்லை.

ஆகஸ்ட் 15. இரவு முழுவதும் கண்விழித்து கிடந்தார் போஸ். ஐ.என்.ஏ. படைத்தலைவர்களுக்கு நிறைய உத்தரவுகளைப் பிறப்பித்தார். ஐ.என்.ஏ. வீரர்கள் என்னென்ன செய்யவேண்டும் என்று பட்டியலிட்டார்.

இரண்டு செய்திகளை வெளியிட்டார். ஒன்று ஐ.என்.ஏ.வுக்கு. 'டெல்லிக்கான பாதை விரிந்துகிடக்கிறது. டெல்லிதான் நமது இலக்கு.'

கிழக்கு ஆசியாவில் உள்ள இந்தியர்களுக்கு மற்றொரு செய்தி.

'இதற்கு முன் நாம் அறிந்திராத ஒரு நெருக்கடி ஏற்பட்டுள்ளது. நான் உங்களுக்குச் சொல்ல விரும்புவது இதைத்தான். தாற்காலிகமாக நாம்

அடைந்திருக்கும் தோல்வியைக் கண்டு துவண்டுவிடவேண்டாம். உற்சாகத்தைக் கைவிட்டு விடாதீர்கள். உங்களது நம்பிக்கையை எக்காரணத்தைக் கொண்டும் இழந்து விடாதீர்கள். இந்தியாவை அடிமையாகவே வைத்திருக்க யாரிடமும் எந்தச் சக்தியும் கிடையாது. இந்தியா ஒரு சுதந்தர நாடாக மலரும். மிக விரைவில்! ஜெய்ஹிந்த்!'

மறுநாள்.

தான் அமர்ந்திருந்த நாற்காலியிலிருந்து எழுந்து நின்றார் போஸ். வாசல் வழியாக வெளியே பார்த்தார். இன்னமும் விடியவில்லை. நேரம் இருக்கிறது. மேஜையைத் திறந்தார். எஞ்சியிருந்த சிறுசிறு பொருள்களைச் சேர்த்து மூட்டை கட்டத் தொடங்கினார்.

தயாரானார்.

உடன் கர்னல் ஹபிபூர் ரஹ்மான், கர்னல் ப்ரீதம் சிங் மற்றும் எஸ்.ஏ. ஐயர் மூவரும் கிளம்பினர்.

பொழுது விடிந்தது. காலை 10 மணிக்குக் குண்டு வீசும் விமானத்தில் மூவரும் கிளம்பினார்கள். அன்று மதியம் பாங்காக்கில் விமானம் தரையிறங்கியது.

ஆகஸ்ட் 17. பாங்காக்கிலிருந்து சாய்கோன் நோக்கிப் பறந்தனர். சாய்கோனிலிருந்து மற்றொரு விமானம்.

வாழ்வில் மிக முக்கிய ஒரு முடிவை எடுக்க வேண்டிய் கட்டாயம் போஸுக்கு. விமானம் தயாராக இருந்தது. இன்ஜின் உறுமிக் கொண்டிருந்தது. கிளம்பவேண்டியதுதான் பாக்கி. ஏற்பாடு செய்தவர்கள் ஜப்பானியர்கள். ஒரே ஒரு இருக்கை மட்டுமே உண்டு. வேண்டுமானால் எடுத்துக் கொள்ளலாம், வேண்டாம் என்றால் விட்டுவிடலாம்.

'கூடுதல் இருக்கைகள் கிடைக்காதா?' என்றார் போஸ்.

'மன்னிக்கவும். ஒரே ஒரு இருக்கை அதுவும் உங்களுக்காக மட்டுமே.'

அந்த ஜப்பானிய அதிகாரியின் முகம் இறுக்கமாக இருந்தது.

சில விநாடிகள் யோசித்தார். 'சரி வருகிறேன்' என்றார்.

இறுதி நேரத்தில் மற்றொரு இருக்கை ஏற்பாடு செய்யப்பட்டது. கர்னல் ஹபிபூர் ரகுமான் உடன் வந்தார்.

இருவரும் விமானத்தில் ஏறினார்கள்.

●

இந்த இடத்தில் வரலாறு முற்றுப்பெறுகிறது, மர்மங்கள் ஆரம்பிக்கின்றன.

13. சர்ச்சைகள், புதிர்கள், மர்மங்கள்

'விமான விபத்தில் போஸ் இறந்துவிட்டார்!'

ஜப்பானிலிருந்து ஆகஸ்ட் 23, 1945 அன்று வெளியான இந்தச் செய்தி உலகை உலுக்கியது. ஆனால் இந்த அதிர்ச்சி வெகுநேரம் நீடிக்கவில்லை.

•

ஆகஸ்ட் 28, 1945. கல்கத்தா முனிசிபல் கவுன்சில். ஐரோப்பிய அங்கத்தினர் திரண்டிருந்தனர். மேயர் தேபேந்திரநாத் முகர்ஜி வருத்தம் தோய்ந்த குரலில் அறிவித்துக் கொண்டிருந்தார்.

'நேதாஜி சுபாஷ் சந்திர போஸின் மரணம் நம் அனைவரையும் அதிர்ச்சிக் குள்ளாக்கியுள்ளது. நேதாஜியின் ஆன்மா சாந்தியடைய அனைவரும் எழுந்து நின்று பிரார்த்திப்போம்!'

ஒருவரும் இருக்கையைவிட்டு எழுந்திருக்கவில்லை. மேயருக்கு ஆச்சரியம். தனது குரலை உயர்த்தி மீண்டும் அறிவித்தார்.

'அனைவரும் ஒரு நிமிஷம் எழுந்து நின்று நேதாஜியின் ஆத்மா சாந்தியடைய பிரார்த்திப்போம்!'

அங்கத்தினர் மௌனமாக இருக்கையில் அமர்ந்திருந்தனர்.

மேயர் சற்று கோபத்துடன் மெத்தேல்ட் என்பரை ஏறிட்டார், 'ஏன் எழுந் திருக்க மறுக்கிறீர்கள்?'

'இந்த இரங்கல் கூட்டத்தில் கலந்துகொள்ள எங்களுக்கு உடன்பாடு இல்லை!'

'ஏன்?'

'நேதாஜி இன்னமும் உயிருடன்தான் இருக்கிறார்!'

மேயர் கடுகடுப்புடன் தொடர்ந்தார். 'என் உத்தரவுக்குக் கட்டுப்படாதவர்கள் இங்கே இருக்கவேண்டிய அவசியமில்லை. அவர்கள் வெளியேறலாம்'

மர்மங்களின் பரமபிதா 115

அடுத்த ஐந்தாவது நிமிஷத்தில் மேயர் தனியாக அந்த அரங்கில் நின்றுகொண்டிருந்தார்.

•

தமது தலைவர் உயிரோடு இருக்கிறார் என்பதில் ஐ.என்.ஏ வீரர்களுக்குத் துளியும் சந்தேகம் இல்லை. 'அவர் திரும்பி வருவார். அவரைப் போன்ற ஒரு வலிமையான மனிதர் விமான விபத்தில் எல்லாம் மரிக்க முடியாது. நாங்கள் அடுத்து என்ன செய்ய வேண்டும் என்று அவர் சொல்வார்' என்றனர் உறுதியுடன்.

மர்ம முடிச்சுகள் பெருகிக்கொண்டே சென்றன.

ஒவ்வொரு பத்திரிகையும் ஒவ்வொரு விதமான செய்தியை வெளியிட்டது. எல்லாமே 'ஆதாரப்பூர்வமான' தகவல்கள்தாம்.

யுனைடெட் பிரெஸ் ஆஃப் இந்தியா (United Press of India) நேதாஜியின் மரணத்தைச்சந்தேகத்துக்கு இடமின்றி ஊர்ஜிதப்படுத்தியது. விமான விபத்தில் தப்பிய ஒரு ஜப்பானிய அதிகாரியையும் பேட்டி எடுத்து வெளியிட்டது.

சீனாவின் மத்திய செய்தி நிறுவனம் (Central News Agency) நவம்பர் 23, 1945-ல் தேதி சென் பீ ஷா என்பவரது பேட்டியை வெளியிட்டது. இந்த சென் பீ ஒரு செவிலியர். ஃபார்மோஸாவில் இருப்பவர். இவர் நேதாஜியின் உடலைத் தான் நேரில் பார்த்ததாகப் பேட்டியில் குறிப்பிட்டார். அவரது உடல் உடனடியாகத் தகனம் செய்யப்பட்டதாகவும் அவரது அஸ்தி, தாய்பே என்னும் பகுதியில் பாதுகாக்கப்படுவதாகவும் தெரிவித்தார்.

இந்தியாவிலிருந்து தி இந்து நாளிதழ் போஸ் மரணம் குறித்து போதுமான ஆதாரங்கள் கிடைக்கவில்லை என்று தெரிவித்தது.

ஹாங்காங்கிலிருந்து வெளியான ஒரு செய்தி அறிக்கை வேறு மாதிரியான செய்தியை வெளியிட்டது. நேதாஜி பயணம் செய்ததாகச் சொல்லப்பட்ட விமானம் வெடிக்கவேயில்லை. அதே விமானம் மறு நாள் ஹாங்காங் வந்திறங்கியது. விமானம் பத்திரமாக இருக்கிறது என்னும் பட்சத்தில் போஸ் இறந்ததாகச் சொல்லப்படுவதில் எந்தவித உண்மையும் கிடையாது என்றது. (Hindustan Times Story, Netaji is Not Dead, 24 March 1946).

•

மறுமுனையில் டோக்கியோவிலுள்ள ரெங்கோஜி ஆலயத்தில் போஸின் புகைப்படம் பூக்களால் அலங்கரிக்கப்பட்டிருந்தது. ஜப்பானிய ராணுவத்தினர் முன்னிலையில் போஸின் இறுதி சடங்குகள் நிவைவேற்றப்பட்டன. க்யோயி மொஜிசுகி என்பவர் இறுதிச் சடங்கை நடத்தி முடித்தார்.

இந்தச் சம்பவம் ஜப்பானில் கொந்தளிப்பை ஏற்படுத்தியது. போஸ் உயிருடன்தான் இருக்கிறார் என்று பல பத்திரிகைகள் எழுதிக்கொண்டிருக்கும்போது ஜப்பான் இப்படிப்பட்ட ஒரு காரியத்தைச் செய்ததில்

அவர்களுக்குத் திருப்தியில்லை. இதை நாங்கள் ஏற்றுகொள்ளமாட்டோம் என்று குரல் எழுப்பினர்.

ஜப்பானின் செயல் இந்தியாவைப் பெரும் அதிர்ச்சிக்குள்ளாக்கியது.

போஸின் அஸ்தியா? போஸின் இறுதி சடங்குகளா? யாரைக் கேட்டு இதை யெல்லாம் நடத்தினீர்கள் என்று இந்தியர்கள் கேள்வி எழுப்பினர்.

●

விமான விபத்தில் போஸ் மரணமடைந்த செய்தியைக் காந்தி ஏற்றுக் கொண்டார். அக்டோபர் 31, 1946-ல் நேரு, போஸின் மரணத்தை ஏற்றுக் கொண்டுவிட்டதாகத் தெரிவித்தார்.

'சுபாஷ் சந்திர போஸ் உயிருடன் இருப்பதாக எனக்குத் தோன்றவில்லை. அவர் உயிருடன் இருந்திருக்கலாம் என்று சில மாதங்களுக்கு முன்பு வரை நான் நம்பிக்கொண்டிருந்தது உண்மைதான். விமான விபத்தை நேரில் கண்ட கர்னல் ஹபிபூர் ரஹ்மான் அளித்த சாட்சியத்தை வைத்துப் பார்க்கும்போது நேதாஜி விமான விபத்தில் இறந்து போனது தெரியவருகிறது. அதற்குப் பின்னால் நேதாஜி உயிருடன் இருக்கிறார் என்று நம்பும்படியாக எந்தவொரு செய்தியும் வரவில்லை' என்றார். (Hindustan Times, Nehru Says Bose Not Alive, 12 October 1946).

நேரு இவ்வாறு அறிவித்தாலும் இந்திய அரசாங்கத்தால் அதிகாரப்பூர்வமாக போஸ்குறித்து எந்தவொரு கருத்தையும் முன்வைக்க முடியவில்லை.

அக்டோபர் 31, 1946. மாநிலங்களவைச் சந்திப்பில் உள்துறை அமைச்சர் சர்தார் வல்லபபாய் படேலிடம் பல கேள்விகள் எழுப்பப்பட்டன.

'போஸ் உயிருடன் இருக்கிறாரா இல்லையா என்பது பற்றி அரசாங்கத்திடம் ஏதாவது ஆதாரங்கள் இருக்கின்றதா?'

'இல்லை'

'இது பற்றிய உண்மையை அறிய ஏதாவது விசாரணைகளைத் தொடங் கியிருக்கிறீர்களா?'

'இல்லை'

'நேதாஜி உயிருடன் இல்லை என்று நேரு தெரிவித்திருக்கிறார். இது நேருவின் தனிப்பட்ட கருத்தா அல்லது இந்திய அரசாங்கத்தின் கருத்தா?'

'இந்திய அரசாங்கத்துக்கு எந்தவிதக் கருத்தும் இல்லை. நேதாஜி உயிருடன் இருக்கிறாரா இல்லையா என்பது குறித்து அதிகாரப்பூர்வமாக எந்தவொரு பதிலையும் இந்திய அரசாங்கம் அளிக்க முடியாத நிலையில் உள்ளது'

அமெரிக்க சி.ஐ.ஏ.வும் போஸ் மர்மத்தைத் துப்பு துலக்கியது.

ஜனவரி 26, 1946-ல் ஓ.எஸ்.எஸ் (The Office of Strategic Services) வெளிட்ட அறிக்கையின் சாராம்சம் இதுதான்.

'போஸ் மரணமடையவில்லை, எங்கோ ஒரு மறைவிடத்தில் ஒளிந்து கொண்டிருக்கிறார் என்று பல இந்தியர்கள் நம்பிக்கொண்டிருக்கின்றனர். விமான விபத்தில் போஸ் இறந்தார் என்று சொல்லப்படுவதை ஏற்றுக் கொள்ள முடியாது. இது ஜப்பானியர்கள் தயாரித்து வைத்துள்ள கதை. இதை ஏற்றுக்கொள்ள முடியாது!'

●

போஸ் விமான விபத்தில் இறந்துவிட்டதை அவரது ஒரே மகள் அனிதா போஸ் ஏற்றுக்கொள்கிறார்.

அவரது பேட்டியிலிருந்து :-

நேதாஜி விமான விபத்தில்தான் இறந்தார் என்று எப்படி உறுதியாக நம்புகிறீர்கள்?

நேதாஜி விமான விபத்தில் இருந்து தப்பிப் பிழைத்திருப்பார் என்று எனக்குத் தோன்றவில்லை.

வங்காளியர்கள் நேதாஜி மீது அளவுகடந்த பாசத்தை வைத்திருக்கிறார்கள் என்பதை நானறிவேன். வங்காளியர்கள் என்றில்லை, இந்தியர்கள் அனைவருமே நேதாஜியை நேசிப்பவர்கள்தான். அவர்களது மனத்தில் நேதாஜி இன்னமும் வாழ்ந்துகொண்டுதானிருக்கிறார்.

ஆனால், கொடுக்கப்பட்டுள்ள ஆதாரங்களை வைத்துப் பார்க்கும்போது நேதாஜி உயிரோடு இருப்பதற்கான வாய்ப்புகள் இல்லை என்றே தோன்றுகிறது. விமான விபத்தில் தப்பி உயிர் பிழைத்த ஜப்பானிய அதிகாரிகளை நேர்காணல் செய்தபோது நானும் உடன் இருந்தேன். அவர்கள் அளித்த வாக்குமூலம் நம்பத்தக்கதாகவே இருந்தது.'

●

லக்னோவிலுள்ள ஒரு கண்ணாடிக் கடை. வாசலில் ஒரு கார் வந்து நிற்கிறது. காரின் பின் கதவைத் திறந்துகொண்டு ஒரு சாமியார் வெளியே வருகிறார். தலையில் முக்காடு.

'கார் இன்ஜினை நிறுத்தவேண்டாம்' என்று சொல்லி விட்டு அவசர அவசரமாக உள்ளே செல்கிறார்.

'உங்களுக்கு எந்த மாதிரியாக கண்ணாடி வேண்டும்?' என்கிறார் கடைக்காரர்.

அவர் சொல்கிறார்.

ஒவ்வொரு கண்ணாடியாக எடுத்து மேஜையில் வைக்கிறார் அந்தக் கடைக்காரர். அந்தச் சாமியார் இறுதியில் வட்ட வடிவம் கொண்ட ஒரு கண்ணாடியைத் தேர்ந்தெடுக்கிறார். சிறிது நேரம் யோசிக்கிறார். பிறகு திடீரென்று தலைப்பாகையைக் கழட்டி விட்டுக் கண்ணாடியைக் கண்களில் பொருத்திக்கொள்கிறார்.

அடுத்த நிமிஷம், கடைக்காரர் உள்பட அந்தக் கடையில் இருந்த அனைவரும் வாயைப் பிளந்து நின்றனர். சிலருக்குக் கண்களில் நீர் வந்துவிட்டது. 'நேதாஜி!' ஒருவர் வாய் விட்டுக் கத்திவிட்டார்.

அடுத்த சில விநாடிகளில் அந்தக் கார் புழுதியைக் கிளப்பியபடிக் காணாமல் போய்விட்டது.

இப்படி ஒரு செய்தி காட்டுத்தீயாக 1962-ல் பரவியது.

அதற்குப் பிறகு பகவான்ஜியைப் பற்றிய புலனாய்வுகள் அதிகரிக்கத் தொடங்கின.

நீம்சார் என்னும் பகுதியில் பகவான்ஜி இருக்கிறார் என்று சொல்லப்பட்டது. அவருடைய நெருங்கிய நண்பர்கள், ஒரு சில உறவினர்கள் பகவான்ஜியோடு கடிதப்போக்குவரத்தும் கொண்டிருந்ததாகச் சொல்லப்பட்டது.

டாக்டர் பபித்ரா மோகன் ராய் என்பவர் ஐ.என்.ஏ.வில் பணியாற்றியவர். இவருக்குப் பகவான்ஜியிடமிருந்து ஒரு கடிதம் வந்தது. 'அடுத்த முறை என்னைப் பார்க்க வரும்போது கீழ்க்கண்டவற்றைக் கொண்டு வரவும்' என்றது அந்தக் குறிப்பு. பகவான்ஜி எடுத்துவரச் சொன்ன பொருள்கள் ஒரு டெலஸ்கோப், க்ரோனோமீட்டர், டிக்ஷனரி, கொஞ்சம் சிகார். இவற்றுடன் 26 கஜம் கொண்ட பட்டுத் துணி.

பகவான்ஜிதான் போஸ் என்று பலர் சத்தியம் செய்தனர். பகவான்ஜி அவ்வப் போது கேட்கும் பொருள்களை வாங்கி அனுப்பிக்கொண்டேயிருந்தனர்.

1978-ல் பகவான்ஜியிடமிருந்து வரும் கடிதங்கள் நின்றுபோயின.

அக்டோபர் 27, 1949-ல் தி நேஷன் ஒரு கட்டுரையை வெளியிட்டது. அதன் சாராம்சம் இதுதான். போஸ் சீனாவில் இருக்கிறார்.

அப்போது மாவோ ஒரு தவிர்க்க முடியாத சக்தியாக, பலம் பொருந்திய தலைவராகப் பலருக்குக் காட்சியளித்தது உண்மை. போஸுக்கு மாவோ மீது ஈர்ப்பு இருந்தது என்கிறார் சரத் சந்திரா. அப்படியானால் அவர் சீனாவுக்குத் தப்பிச் சென்றுவிட்டாரா?

ஆமாம் என்றார் முத்துராமலிங்க தேவர்.

இரண்டாம் உலகப்போரின் போது போஸ் உருவாக்கிய 5 பேர் கொண்ட போர் குழுவில் இவரும் ஒருவர். முத்துராமலிங்க தேவர் கூறும் சாட்சியம் சற்று வித்தியாசமானது. சரத் போஸ் கேட்டுக்கொண்டதன்பேரில் சீனாவுக்குச் சென்று வந்ததாக இவர் குறிப்பிடுகிறார். அதுவும் பாஸ்போர்ட் இல்லாமல்.

'போஸை நீங்கள் சந்தித்திருக்கிறீர்களா?'

'ஆமாம். சந்தேகமேயில்லாமல் போஸ் உயிருடன்தான் இருக்கிறார். நான் அவரைப் பார்த்தேன்.'

'எங்கே?'

'சீனாவில்.'

'எப்படி இங்கிருந்து சென்றீர்கள்?'

'பர்மிய எல்லை வழியாக.'

'போஸை எந்தப் பகுதியில் சந்தித்தீர்கள்? அவர் இப்போது எங்கே இருக்கிறார்?'

'மன்னிக்கவும். என்னால் இந்தக் கேள்விக்குப் பதில் சொல்ல முடியாது.'

'சரி. போஸ் எப்போது இந்தியா திரும்புவார்?'

'அவர் எப்போது விரும்புகிறாரோ, அப்போது. அவர் செய்து முடிக்க வேண்டிய பணிகளைச் செய்து முடித்தபின் திரும்புவார்.'

'அவரது திட்டம் என்ன என்று உங்களுக்குச் சொல்ல முடியுமா?'

'அது பற்றி நான் எதுவும் பேச விரும்பவில்லை.'

'நீங்கள் எத்தனைக் காலம் அவருடன் தங்கியிருந்தீர்கள்?'

'ஒன்பது மாதங்கள் அவருடன் தங்கியிருந்தேன். ஜனவரி 1950 முதல் அக்டோபர் 1950 வரை.'

'நீங்கள் சொல்வதை நிரூபிக்க முடியுமா?'

'நான் சீனா சென்றதற்கான ஆதாரங்கள் உள்ளன. தேவைப்பட்டால் என்னால் நிரூபிக்கவும் முடியும்.'

●

பகவான்ஜி என்னும் பெயரில் மாறுவேடத்தில் போஸ் இந்தியா வந்து சேர்ந்துவிட்டார். பல பகுதிகளில் பலர் போஸை நேரடியாகப் பார்த்திருக்கின்றனர். ஆனால் யாரிடமும் தன்னைப் பற்றிச் சொல்லவேண்டாம் என்று அவர் கேட்டுக்கொண்டார்.

போஸை உயிருக்குயிராக நேசித்த அனைவரும் இந்த வாதத்தை நம்பினர். போஸ் இறந்துவிட்டார் என்பதை ஏற்றுக்கொள்ள அவர்கள் தயாராக இல்லை என்பதால் எங்கோ ஒரு மலைப்பிரதேசத்திலோ குகையிலோ சாமியாராக வாழ்ந்துகொண்டிருக்கிறார் என்னும் வாதம் அவர்களுக்கு நிம்மதியளித்தது.

உண்மையில் பாபா என்பது ஒருவர் அல்ல. பலர். இவர்களை உருவாக்கியது இந்திய அரசாங்கம். குறிப்பாக நேருவும் காந்தியும். உண்மையில் போஸை ரஷ்யாவில் வைத்துக் கொன்றுவிட்டார்கள். அந்த உண்மையை மறைப்பதற்காகத்தான் இந்த ஏற்பாடு.

●

ஒரு கேள்வி எழுகிறது.

போஸ் உயிருடன்தான் இருக்கிறார் என்றால் அவர் ஏன் இந்தியா திரும்ப வில்லை? இந்தியா சுதந்தரம் அடைந்துவிட்டது தெரிந்தும் அவர் ஏன் ஒளிந்திருக்கவேண்டும்?

'காரணம் இருக்கிறது. போஸ் ஒரு வேளை திரும்பி வந்தால் அவரை ஒரு போர்க் குற்றவாளியாகக் கருதி நீதிமன்றத்தில் நிறுத்த பலர் காத்துக் கொண்டிருக்கிறார்கள். எனவே அவர் தலைமறைவாக இருப்பதே சிறந்தது' என்றனர் ஐ.என்.ஏ. நபர்கள்.

பிரிட்டன் அரசுக்கு எதிராகப் படைகளைத் திரட்டி மாபெரும் கலகத்தைத் தலைமை தாங்கி நடத்தியிருக்கிறார். பிரிட்டனுடன் சரிக்குச் சமானமாக ஐ.என்.ஏ. வீரர்களை முன்னிறுத்திப் போர் தொடுத்திருக்கிறார். அவரது முயற்சி வெற்றி பெறவில்லை என்றாலும் ராஜதுரோகக் குற்றத்துக்காக அவர் மீது வழக்குத் தொடரப்போவது உறுதி.

'போஸ் ஒரு சர்வதேச போர் குற்றவாளி' என்ற குற்றச்சாட்டும் இருக்கவே செய்தது.

இது உண்மைதானா?

செப்டம்பர் 1962-ல் உள்துறை அமைச்சராக இருந்த லால் பகதூர் சாஸ்திரி இதை மறுத்திருக்கிறார். 'ஐ.நா. வெளியிட்டுள்ள சர்வதேச போர்க் குற்றவாளிகள் பற்றிய அறிக்கையில் நிச்சயமாக போஸின் பெயர் கிடையாது' என்கிறார் அவர்.

அத்தனை சர்ச்சைகளுக்கும் முற்றுப்புள்ளி வைக்க மூன்று விசாரணைக் கமிஷன்கள் அமைக்கப்பட்டன. புலன் விசாரணை தீவிரமாக்கப்பட்டது.

புலன் விசாரணைகள்

விசாரணை 1 / ஷா நவாஸ் கமிட்டி

1956-ல் நேரு இந்த கமிஷனை நியமித்தார். போஸ் விமான விபத்தில்தான் மரணமடைந்தார் என்று இந்தக் குழு அறிக்கை சமர்ப்பித்தது.

விசாரணை 2 / ஜி.டி. கோஸ்லா கமிஷன்

1972-ல் இந்திரா காந்தி ஜி.டி. கோஸ்லா கமிஷனை நியமித்தார். ஜி.டி. கோஸ்லா கேம்பிரிட்ஜில் படித்தவர். முன்னாள் பஞ்சாப் உயர் நீதிமன்ற நீதிபதி. நேரு, குஷ்வந்த் சிங், நீரத் சௌத்திரி போன்றோருடன் நெருங்கிப் பழகியவர்.

அக்டோபர் 14 அன்று அவர் ஒரு பத்திரிகையாளர் சந்திப்பை ஏற்பாடு செய்தார். பிரிட்டன், அமெரிக்கா, சோவியத், ஜப்பான், தாய்வான் ஆகிய ஐந்து நாடுகளையும் விசாரணையில் ஈடுபடுத்தப் போவதாக அவர் தெரிவித்தார்.

விசாரணையின் முடிவில் போஸ் விமான விபத்தில்தான் மரணமடைந்தார் என்று இந்தக் கமிஷன் அறிவித்தது.

விசாரணை 3 / என்.சி. முகர்ஜி கமிஷன்

ஏப்ரல் 30, 1998-ல் கல்கத்தா உயர் நீதிமன்றம் அப்போதைய ஆளுங்கட்சியான பி.ஜே.பி.க்கு ஓர் ஆணையைப் பிறப்பித்தது. 'நீண்ட காலமாக நிலுவையில் இருக்கும் போஸ் விவகாரத்துக்கு உடனே ஒரு முற்றுப்புள்ளி வைக்க ஏற்பாடு செய்யுங்கள்.'

இத்தனை வருஷங்களுக்குப் பிறகும், போஸைப் பற்றி உருப்படியாக எந்த ஒரு திட்டவட்டமான முடிவுக்கும் வர முடியாததைக் கண்ட அரசாங்கம் விழித்துக் கொண்டது. ஓய்வுபெற்ற உச்ச நீதிமன்ற நீதிபதி என்.சி. முகர்ஜி தலைமையில் 1999-ல் ஒரு குழு அமைக்கப்பட்டது. இந்தக் குழு கண்டு பிடிக்க விரும்பியது இவற்றைத்தான்.

1. சுபாஷ் சந்திர போஸ் உயிருடன் இருக்கிறாரா இல்லையா?
2. அவர் இறந்துவிட்டார் என்பது நிச்சயமானால் எப்படி இறந்தார்?
3. ஜப்பானிய கோயிலில் இருப்பதாகச் சொல்லப்படும் சாம்பல் போஸினுடையதா?
4. வேறு ஏதேனும் முறையில் போஸுக்கு மரணம் நிகழ்ந்திருக்க வாய்ப்பிருக்கிறதா? ஆம் என்றால் எங்கே, எப்படி?
5. அவர் இறக்கவில்லை உயிரோடுதான் இருக்கிறார் என்றால் எங்கே?

மொத்தத்தில் போஸ் உயிருடன் இருப்பதற்கான ஆதாரங்கள் எதுவும் உறுதியாகக் கிடைக்கவில்லை. எனவே, அவர் இறந்துபோனதற்கான ஆதாரங்களைச் சேகரிக்கத் தொடங்கியது முகர்ஜி கமிஷன்.

விசாரித்தபோது, ஒரு முறை அல்ல இரு முறை அல்ல மொத்தம் ஐந்து முறை போஸ் இறந்ததாகச் சாட்சியங்கள் தொகுக்கப்பட்டிருந்தன. முகர்ஜி கமிஷன் இந்த ஐந்து வழக்குகளையும் விசாரித்து தனது அறிக்கையில் தெளிவுப் படுத்தியது.

1. ரெட் ஃபோர்ட்டில் கொல்லப்பட்டார்

உஷா ரஞ்சன் பட்டாச்சார்யா என்னும் கல்கத்தாவாசி முன்வைத்த பரபரப்பு குற்றச்சாட்டு இது. செரம்பானிலுள்ள இந்திய ராணுவ பயிற்சி முகாமில் போஸை ராணுவம் கைது செய்தது. பிறகு அவரை ரெட் ஃபோர்டுக்குக் கொண்டு சென்று அங்கு வைத்துச் சுட்டுக் கொன்றனர். இது நடந்தது ஆகஸ்ட் 15, 1945 அன்று. போஸின் உடலை எரித்து அவரது சாம்பலை ரெட் ஃபோர்டில் புதைத்து விட்டனர்.

முடிவு : குருட்டாம்போக்கில் திரிக்கப்பட்ட கதை என்பதால் இந்தக் குற்றச்சாட்டு நிராகரிக்கப்பட்டது.

2. டெஹ்ராதூனில் இறந்தார்

பங்களாதேசம், நேபால், பூடான் இந்த மூன்று நாடுகளின் எல்லைப் பிரதேசத்தில் அமைந்துள்ள கூச் பீகார் என்னும் பகுதியில் ஒரு சந்நியாசி

‘ஷோல்மாரி ஆஸ்ரமம்’ என்னும் பெயரில் ஓர் ஆஸ்ரமத்தை தொடங்கினார். இது நடந்தது 1959. அந்த சந்நியாசியின் பெயர் சாரதாநந்தாஜி. முதலில் 100 ஏக்கரில் தொடங்கப்பட்ட இந்த ஆஸ்ரமம் நாளடைவில் 100 ஏக்கராக விஸ்தீரணம் அடைந்தது. சுமார் 1500 பேர் அதில் வசிக்கத் தொடங்கினர். ஆஸ்ரமத்துக்கு வெளியே காவல் படைகள் அமைக்கப்பட்டன.

சில மாதங்களில் ஓர் அதிர்ச்சிகரமான விஷயம் தெரியவந்தது. அதாவது அந்த சந்நியாசி வேறு யாருமல்ல, போஸ்தான்.

இது உண்மைதானா என்பதை விசாரிக்க மேஜர் சத்யா குப்தா என்பவர் (இவர் ஏற்கெனவே போஸுக்குப் பரிச்சயமானவர்) ஆஸ்ரமத்துக்குச் சென்றார். சந்தியாசியை, சந்தித்துப் பேசினார். பிறகு பத்திரிகையாளர்களைக் கூட்டி போஸ்தான் சந்நியாசியாக வாழ்ந்துகொண்டிருக்கிறார் என்பதை உறுதிப்படுத்தினார்.

பிப்ரவரி 13, 1962 அன்று பல்வேறு நாளிதழ்கள் இந்தப் பரபரப்புச் செய்தியை வெளியிட்டது. பாராளுமன்றத்தில் சூடான விவாதம் கிளப்பப்பட்டது.

1973-ல் அந்தச் சந்நியாசி டெஹ்ராதூனுக்கு வந்து சேர்ந்தார். அங்கேயே தங்கவும் தொடங்கினார். 1977-ல் அவர் இறந்துபோனார்.

முகர்ஜி குழு மொத்தம் 11 பேரை விசாரணை செய்தது. அதில் எட்டு பேர் போஸ் சந்நியாசியாக மாறி இறந்துபோனார் என்று சாட்சியம் அளித்தனர். ஆனால் இவர்கள் யாருமே அதற்கான ஆதாரங்களைச் சமர்ப்பிக்கவில்லை.

முடிவு : போஸ் சந்நியாசியாக வாழ்ந்தார் என்பதற்கும் ஆதாரம் இல்லை. அவர் இறந்துபோனார் என்பதற்கும் ஆதாரம் இல்லை.

3. மத்திய பிரதேசத்தில் இறந்தார்

மத்திய பிரதேசத்தில் உள்ள ஒரு பகுதி ஷியோபுல்கலன் (Sheopurkalan). இங்குள்ள நக்தா என்னும் கிராமத்தைச் சேர்ந்த ஜகந்நாத் பிரசாத் குப்தா என்பவர் முன்வைத்த வாதம் இது.

சுதந்தர போராட்டத்தின் போது பண்டோலோ என்னும் கிராமத்தில் ஒரு விமானம் நொறுங்கி விழுந்தது. அந்த விமானத்தில் இருந்து மொத்தம் மூன்று பேர் உயிர் தப்பினர். அவர்கள் ஹபிபூர் ரஹ்மான், ஹிட்லர் மற்றும் ஒரு சந்நியாசி. அந்தச் சந்நியாசிதான் போஸ். அவர் தன்னுடைய பெயரை ஜியோதிர்தேவ் என்று சொல்லிக்கொண்டார். அடிக்கடி ரகசியமாக ஊரை விட்டு வெளியே செல்வார். பல உயர் அதிகாரிகளுக்குக் கடிதங்கள் எழுதுவார். மே 21, 1977 அன்று அவர் இயற்கையாகவே இறந்துபோனார்.

போஸ் இறந்தபிறகு மத்திய பிரதேச அரசு உடனடியாக அவர் தொடர்பான அத்தனை ஆதாரங்களையும், ஆவணங்களையும் பறிமுதல் செய்துவிட்டது.

ஜகந்நாத்தின் இந்த வாதத்தை மேலும் மூன்று பேர் ஏற்றுக்கொண்டனர். இவர்கள் அத்தனை பேரிடமும் முகர்ஜி குழு விசாரணை நடத்தியது.

முடிவு : ஜியோதிர்தேவ் என்னும் பெயரில் ஒரு சந்நியாசி வாழ்ந்தார் என்பது மட்டுமே நிரூபணமானது. அந்தச் சந்நியாசிதான் போஸ் என்பதற்கு ஆதாரங்கள் கிடைக்கவில்லை.

4. ஃபைசாபாத்தில் இறந்துபோனார்

ஸ்டாலினின் மரணத்துக்குப் பிறகு, அதாவது 1953-ல் போஸ் ரஷ்யாவிலிருந்து வெளியேறி (விமான விபத்தில் உயிர் தப்பி அவர் ரஷ்யா சென்று விட்டார் என்கிற அடிப்படையில்) இந்தியா வந்து சேர்ந்தார். உத்தரப் பிரதேசத்தில் வெவ்வேறு மாறுவேடங்களில் அவர் வாழ்ந்து வந்தார். இறுதியாக ஃபைசாபாத்தில் உள்ள ராம்பவன் என்னும் இடத்துக்கு வந்து சேர்ந்தார். இங்கு இரண்டு பெயர்களில் அவர் வசித்துவந்தார். கும்ணானி பாபா மற்றும் பகவான்ஜி.

பிறகு, அங்கிருந்தும் அவர் வெளியேறிவிட்டார். வெளியேறுவதற்கு முன்னால் தன்னுடைய அத்தனை உடைமைகளையும் அவர் அப்படியே விட்டுவிட்டார். அவருடைய உடைமைகள் : குடும்பப் புகைப்படங்கள், புத்தகங்கள், கடிதங்கள். இவை அனைத்தும் ஃபைசாபாத் அரசு பாதுகாத்து வருகின்றது.

செப்டம்பர் 16, 1985-ல் போஸ் இறந்துபோனார்.

முதலில், போஸின் 'உடைமைகளை'ப் பரிசோதனை செய்தது முகர்ஜி குழு. சிறியதும் பெரியதுமாக மொத்தம் 2600 பொருள்கள் காண்பிக்கப்பட்டன. இவற்றுள் 700 பொருள்களை மட்டும் இவர்கள் ஆய்வுக்காக எடுத்துக் கொண்டனர். போஸின் கையெழுத்துகள் என்று சொல்லப்பட்டவை அத்தனையும் கையெழுத்து நிபுணர்களிடம் அனுப்பி வைக்கப்பட்டன. சில பற்களும் கண்டுபிடிக்கப்பட்டன. அவை போஸின் பற்கள்தானா என்பதை உறுதிபடுத்த DNA பரிசோதனைக்கு அனுப்பப்பட்டன.

தீவிர பரிசோதனைக்குப் பிறகு, அவை போஸின் பற்கள் அல்ல என்று மருத்துவப் பரிசோதனை முடிவுகள் உறுதியளித்தன. கடிதங்களில் காணப்படும் கையெழுத்து போஸினுடையது அல்ல என்று நிபுணர்கள் சான்றளித்தனர்.

முடிவு : சாட்சியங்கள் இல்லை.

5. விமான விபத்தில் இறந்துபோனார்

போஸ் இறந்துவிட்டார் என்னும் செய்தி முதல் முறையாக ஜப்பானிலிருந்து ஆகஸ்ட் 23, 1945 அன்று வெளிவந்தது. இந்திய அரசாங்கம் இந்த வாதத்தை ஏற்றுக்கொண்டது. பெரும்பாலும் பலர் இதை ஏற்றுக்கொண்டனர். முந்தைய விசாரணைக் கமிஷன்களும் இந்தச் செய்தியை ஏற்றுக்கொண்டன.

எனவே, விமான விபத்து வழக்கைத் தீவிரமாக அலசத் தொடங்கியது முகர்ஜி குழு.

முதல் காரியமாக, போஸ் விமானத்தில் ஏறியது முதற்கொண்டு அந்த விமானம் வெடித்துச் சிதறியது வரையிலான நிகழ்வுகளைத் தொடர்ச்சியாகப் பதிவு செய்தது.

கிடைத்த குறிப்புகள்

ஆகஸ்ட் 15, 1945 :

ஜப்பான் தாம் சரணடைந்த செய்தியை வெளிப்படுத்தியது.

இனி ஜப்பான் உதவாது, அடுத்து என்ன செய்யலாம் என்று போஸ் தனது இயக்கத்துடன் பேச்சுவார்த்தை நடத்தினார். பேசாமல் சரணடைந்துவிடலாமா என்று கூட யோசித்தார். ஆனால் இயக்கத்தினர் தடுத்துவிட்டனர். சிங்கப்பூரிலிருந்து உடனே வெளியேறி ரஷ்யாவுக்குப் போகலாம் என்று முடிவெடுத்தனர்.

ஆகஸ்ட் 16, 1945 :

ஹபிபூர் ரஹ்மான், கர்னல் ப்ரீத்தம் சிங் மற்றும் சிலருடன் பாங்காங் சென்றார்.

ஆகஸ்ட் 17, 1945 - அதிகாலை :

சில ஜப்பானிய ராணுவ வீரர்களையும் உடன் அழைத்துக் கொண்டு சாய்கோன் புறப்பட்டார். வெடிகுண்டு வீசும் இரண்டு விமானங்களை (Bomber Planes) எடுத்துக் கொண்டனர்.

சாய்கோன் வந்தடைந்தனர். இங்கு ஒரு பிரச்னை. குண்டு வீசும் ராணுவ வீரர்கள் உடனடியாகத் திரும்பவேண்டியிருந்தது. எனவே ஒரே ஒரு விமானத்தை மட்டும் வைத்துக் கொண்டனர். அந்த விமானத்தில் ஒரே ஒரு இருக்கை மட்டுமே இருந்தது.

உடன் வந்தவர்களை விட்டுவிட்டுத் தனியாகச் செல்வதற்கு போஸுக்குக்கு விருப்பமில்லை. உடனே டெராவுச்சி (Field Marshal Terauchi) என்னும் ஃபீல்ட் மார்ஷலைத் தொடர்பு கொண்டார். அவரால் பெரிதாக எதுவும் செய்ய முடியவில்லை என்றாலும் கூடுதலாக மேலும் ஓர் இருக்கையை அளிக்க ஏற்பாடு செய்யப்பட்டது. ஹபிபூர் ரஹ்மானை அழைத்துக் கொண்டார். இவர் பயணித்த விமானம் மிட்சுபிஷி K-21 (Mitsubishi K-21).

ஆகஸ்ட் 17, 1945 : மாலை : 5.00 மணி

போஸ், ஹபிபூர் ரஹ்மான் மற்றும் சில ஜப்பானிய அதிகாரிகள் சாய்கோனிலிருந்து கிளம்பி மஞ்சூரியா வழியாக டோக்யோ வந்தடைந்தனர்.

ஆகஸ்ட் 17, 1945 : மாலை : 7.45 மணி

டுரைன் (Tourane) விமான நிலையத்துக்கு வந்து சேர்ந்தனர். அதற்கு மேல் பயணிப்பது பாதுகாப்பானதல்ல என்று முடிவு எடுத்ததால் அன்று இரவு அங்கேயே தங்கிவிட்டனர்.

ஆகஸ்ட் 18, 1945 : காலை : 7.00 மணி

டுரைனிலிருந்து கிளம்பி ஃபார்மோசாவிலிள்ள (Formosa) தைஹோக்கு (Taihoku) என்னும் பகுதிக்கு வந்து சேர்ந்தனர். சிறிது நேரம் ஓய்வு. விமானத்துக்கு எரிபொருள் நிரப்பப்படுகிறது.

ஆகஸ்ட் 18, 1945 : மதியம் : 2.30 மணி

- தைஹோக்கு பகுதியிலிருந்து விமானம் கிளம்புகிறது.
- உயரே கிளம்பிய சில விநாடிகளுக்குள் விமானம் வெடித்துச் சிதறுகிறது.
- பைலட், ஜெனரல் ஷிடே சம்பவ இடத்திலேயே உயிர் இழந்தார்.
- போஸ், ஹபிபூர் ரஹ்மான் இருவருக்கும் தீக்காயம் ஆனால் உயிர் பிழைத்தனர்.
- மோசமான நிலைமையில் இருந்தனர் போஸுும், துணை பைலட்டும்.
- ஹபிபூர் ரஹ்மானுக்கு அவ்வளவாகக் காயங்கள் ஏற்படவில்லை. உடனடியாக சுதாரித்துக் கொண்டு விட்டார்
- காயமடைந்தவர்களை உடனடியாக ராணுவ மருத்துவமனைக்குக் கொண்டு சென்றனர். விமானம் விபத்துக்குள்ளான பகுதியிலிருந்து ஒரு சில கிலோ மீட்டர் தள்ளி அமைந்திருந்தது அந்த மருத்துவமனை.
- போஸ் உயிரிழிந்தார்

பிறகு நடந்தவை :

- போஸின் உடல் தாய்பேயில் தகனம் செய்யப்பட்டது.
- அஸ்தியை ஒரு பெட்டியில் வைத்து டோக்யோவுக்குக் கொண்டு சென்றனர்
- ரெங்கோஷி கோவிலில் அஸ்தி பாதுகாக்கப்பட்டது.

மேற்படி குறிப்புகளை வைத்துக் கொண்டு விசாரணையைத் தொடங்கியது முகர்ஜி குழு. மொத்தம் 7 சாட்சியங்கள் விசாரிக்கப்பட்டனர்.

சாட்சி - 1 / சுமன் சட்டோபாத்யாய், எக்ஸிக்யூட்டிவ் டைரக்டர், ஆனந்த பஜார் (பெங்காலி தினப் பத்திரிகை)

இவர் விசாரிக்கப்பட்டதற்குக் காரணம் மார்ச் 30, 1994 அன்று இவர் வெளியிட்ட செய்தி. தலைப்பு - போஸ் இறந்துவிட்டார். அதில் சந்தேகமே வேண்டாம்.

‘எந்த அடிப்படையில் நீங்கள் இப்படி எழுதினீர்கள்?’

‘என்னுடைய ஆய்வின் அடிப்படையில்.’

‘நீங்கள் ஆய்வு செய்த ஆவணங்களை அளிக்க முடியுமா?’

'அத்தகைய ஆவணங்கள் எதுவும் என்னிடம் இல்லை. ஆனால் இந்தியாவிலும் இந்தியாவுக்கு வெளியிலும் பல முக்கிய நபர்களிடம் இது பற்றி விரிவாகப் பேசியிருக்கிறேன்.'

சாட்சி - 2 / லஷ்மி ஷெகல், முன்னாள் இந்திய தேசிய ராணுவ உறுப்பினர், ஜான்ஸி ராணி படைப் பிரிவின் தலைவர்.

'போஸ் உயிருடன் இல்லை என்று எப்படி சொல்கிறீர்கள்?'

'நான் அப்படித்தான் நம்புகிறேன்.'

'தாய்பே - இல் ஆகஸ்ட் 15, 1945 அன்று என்ன நடந்தது என்று மற்ற கமிஷன்களைவிட, புலன் விசாரணைக் குறிப்புகளை விட எனக்கு நன்றாகத் தெரியும். - இப்படி ஓர் அறிக்கையை நீங்கள் வெளியிட்டிருக்கிறீர்களா?'

'இல்லை. அப்படி ஓர் அறிக்கையை நான் வெளியிடவே இல்லை. விபத்து நடந்தபோது நான் தாய்பேயில் இல்லை. அதனால் என்னால் அப்படிச் சொல்ல முடியாது. அவருடைய படைப்பிரிவில் நான் ஒரு கேப்டன். அவ்வளவே.'

சாட்சி - 3 / கேப்டன் பரீந்திர கர்மாகர், முன்னாள் இந்திய தேசிய ராணுவ உறுப்பினர்

'போஸ் உயிருடன் இருக்கிறாரா?'

'இல்லை.'

'எப்படி உறுதியாகச் சொல்கிறீர்கள்?'

'நான் ஹபிபூர் ரஹ்மானைச் சந்தித்துப் பேசியிருக்கிறேன்.'

'அவரை எப்போது சந்தித்தீர்கள்?'

'1945, ஆகஸ்ட் இறுதியில். போஸ் இறந்துவிட்டதை அவர்தான் எனக்குத் தெரிவித்தார்.'

சாட்சி - 4 / பிரணாப் முகர்ஜி, முன்னாள் வெளியுறவுத்துறை அமைச்சர்.

'நீங்கள் வெளியுறவுத்துறை அமைச்சராக இருந்தபோது ரெங்கோஜி கோவிலிலிருந்து அஸ்தியைக் கொண்டு வந்து சேர்க்கும் பணி நடைபெற்றது அல்லவா?'

'ஆமாம்.'

'அது போஸின் அஸ்திதான் என்று இந்திய அரசாங்கம் நம்பியதா?'

'ஆமாம், நம்பியது.'

'எதன் அடிப்படையில் அப்படி நம்பியது?'

'முந்தைய இரண்டு கமிஷன்களும் அப்படித்தான் அறிக்கை சமர்ப்பித்தன. அது போஸின் சாம்பல்தான் என்று இரண்டுமே உறுதி அளித்தன.'

'இது தவிர வேறு சாட்சியங்கள், ஆதாரங்கள் உண்டா?'

'கிடையாது.'

சாட்சி - 5 / நட்வர் சிங், முன்னாள் வெளியுறவுத்துறை அமைச்சர்

ருடால்ஃப் ஹர்டோக் என்பவர் எழுதிய 'The Sign of the Tiger : Subhas Chandra Bose and His Indian Legion in Germany, 1941-45' என்னும் புத்தகத்தின் விமரிசனத்தை நீங்கள் செய்தீர்களா?

'ஆம்.'

'உங்களுடைய முடிவாக போஸ் பற்றி நீங்கள் என்ன குறிப்பிட்டிருந்தீர்கள்?'

'ஆகஸ்ட் 15, 1945 அன்று விமான விபத்தில் அவர் இறந்துபோனார் என்று குறிப்பிட்டிருந்தேன்.'

'அதற்கான ஆதாரங்கள் உங்களிடம் உள்ளதா?'

'முந்தைய கமிஷன்களின் அறிக்கைகள்தான் ஆதாரங்கள்.'

'வேறு ஆவணங்கள்?'

'இல்லை.'

சாட்சி - 6 / டாக்டர் டானியோஷி யோஷிமி, தாய்பேய் ராணுவ மருத்துவமனையில் பணியாற்றிய மருத்துவர்

'விபத்துக்குப் பிறகு போஸ் உயிருடன் இருந்தாரா?'

'ஆமாம்.'

'உங்களது மருத்துவமனைக்குத்தான் போஸை அழைத்து வந்தார்களா?'

'ஆமாம்.'

'அவருக்குத் தீக்காயம் ஏற்பட்டிருந்ததா?'

'பலத்த காயம் ஏற்பட்டிருந்தது.'

சாட்சி - 7 ஹூசாமுதின் கபாஸி

'போஸ் இறந்துவிட்டார் என்று உங்களுக்கு எப்படி தெரிய வந்தது?'

'என் அப்பாதான் அப்படிக் கூறினார்.'

'உங்கள் அப்பாவுக்கு எப்படி இது தெரிந்தது?'

'அவர் இந்திய தேசிய ராணுவத்தில் பணிபுரிந்தவர். போஸோடு பழகியவர்.'

•

சாட்சியங்களை விசாரித்த பிறகு என்.சி. முகர்ஜி குழு தெரிந்துகொண்ட உண்மைகள் என்ன?

1. விமான விபத்தில்தான் போஸ் இறந்துவிட்டார் என்று யாராலும் திட்டவட்டமாகச் சொல்ல முடியவில்லை.
2. அப்படிச் சொல்பவர்களால் எந்தவித ஆதாரத்தையும் காண்பிக்க முடியவில்லை.
3. யாரோ சொன்னது, அவர்கள் நம்புவது, முந்தைய கமிஷன்களின் அறிக்கை இவைதான் அவர்களிடமிருக்கும் ஆதாரங்கள்.
4. ஆதாரங்கள் இல்லாத இவர்களுடைய சாட்சியங்களை எடுத்துக் கொள்ள முடியாது.

போஸ் விமான விபத்தில்தான் இறந்துபோனார் என்று திட்டவட்டமாகக் கூற எந்தவித ஆதாரமும் கிடையாது. திரும்பத் திரும்ப அவர்கள் தெரிவித்த ஒரே ஆதாரம் ஹபிபூர் ரஹ்மானின் சாட்சியம்.

கர்னல் ஹபிபூர் ரஹ்மான் அளித்த சாட்சியம் என்னவென்று பார்த்து விடுவோம்.

சாய்கோனிலிருந்து புறப்பட்ட நாங்கள், மாலை இந்தோ சீனாவில் உள்ள டுரைன் (Tourane) விமான நிலையத்துக்கு வந்து சேர்ந்தோம். மறுநாள் ஆகஸ்ட் 18 காலை அந்த ஊரை விட்டுப் புறப்பட்டு மாலை 2 மணிக்கு ஃபார்மோஸா தீவில் (தைவான் என்று இப்போது அழைக்கப்படுகிறது) அடைஹோவை வந்து அடைந்தோம். பிற்பகல் 2.35 க்கு டோக்கியாவுக்கு விமானத்தில் பயணமானோம். ஐ.என்.ஏ. பற்றி ஜப்பானிய அரசாங்கத்துடன் பேச்சுவார்த்தை நடத்துவதே எங்களது நோக்கம்.

புறப்பட்ட சிறிது நேரத்தில் விமானத்தின் இடது பக்கத்தில் இருந்த சுழலும் விசிறி திடீரென்று கீழே கழன்றுவிட்டது. சிறிது நேரத்தில் மொத்த விமானமும் நொறுங்கி விழுந்தது. நேதாஜிக்குத் தலையில் பலமான அடி. எனக்கு மயக்கம் ஏற்படவில்லை. என்னால் நிலைமையைப் புரிந்துகொள்ள முடிந்தது. விமானத்தின் உட்புறத்திலும் வால் பகுதியிலும் தீப்பிழம்புகள் இருந்தன. பின் பக்கக் கதவு மூலம் வெளியே வரமுடியாது. அங்கு தீப்பற்றி எரிந்து கொண்டிருந்தது. விமானத்தின் மேற்பகுதியில் ஓட்டை விழுந்திருந்தது. அதன் வழியாகத்தான் உயிருடன் பிழைத்துக் கொண்டவர்கள் வெளியேறினார்கள்.

என்னுடைய கோட்டில் தீ பற்றிக்கொண்டது. உடனடியாக அதை அணைத் தேன். நேதாஜி முன்பக்கக் கதவு வழியாக வெளியே செல்ல ஆரம்பித்தார். அவரது ஆடையில் தீப்பிடித்துக் கொண்டது. முகத்தில் பயங்கர தீக்காயம். நான் உடனடியாக விரைந்து அவரது ஆடைகளை விலக்கி நெருப்பை அகற்றினேன்.

விமான விபத்துக்கு உள்ளான மற்ற ஜப்பானியர்கள் கடும் வலியினால் அலறினார்கள். தங்களைச் சுட்டு விடுமாறு வேண்டினர். ஆனால் நேதாஜி தன் வலியைப் பொறுத்துக் கொண்டார்.

அப்போது அவர் என்னிடம் பேசினார்.

'ஹபீப், என் முடிவு சீக்கிரத்தில் வந்துவிடும். என் வாழ்நாள் முழுமையும் நம் நாட்டின் விடுதலைக்காகப் போராடியுள்ளேன். நம் நாட்டின் விடுதலைக்காக நான் உயிர் இழக்கிறேன். இந்திய விடுதலைக்காக நம் மக்களைப் போராடச் சொல். இந்தியா சீக்கிரத்தில் விடுதலை அடையும்.'

பிறகு சிறிது தண்ணீர் குடித்தார். அவர் விருப்பப்படிச் சிறிதளவு காய்கறிக் கூட்டு தரப்பட்டது. அதன் சுவையைப் பாராட்டினார். பிறகு நினைவிழந்தார்.

1945-ம் ஆண்டு ஆகஸ்ட் 18-ம் தேதி இரவு 11 மணிக்கு, தன் 48வது வயதில் நேதாஜி மரணம் அடைந்தார்.

அது போர்க்காலமாக இருந்ததால், அவரது உடலைக் கொண்டு செல்ல முடியவில்லை. எனவே அவரது உடலை எரித்து, அஸ்தியைத் தந்தார்கள். அதனை எடுத்து வந்துள்ளேன்.'

•

அனைவரும் ஏற்றுக்கொள்ளும்படியாக இருந்தது இந்த சாட்சியம்.

ஆனால் முதல் மர்ம முடிச்சு விழுந்ததும் இங்கேதான்.

'போஸ் இறக்கவில்லை. அவரே கர்னலிடம் இந்தக் கதையைச் சொல்லச் சொல்லியிருப்பார். அவர் இறந்துவிட்டார் என்று எல்லாரும் நம்பினால்தான் அவரால் சுதந்தரமாகச் செயல்படமுடியும். அவர் உயிருடன் இருப்பது தெரியவந்தால் பிரிட்டன் அவரைச் சும்மா விடாது. தவிரவும், மேற்கொண்டு திட்டமிட வேண்டுமானால் அவர் மறைந்திருப்பது அவசியம்.'

இந்த வாதத்துக்கும் ஆதாரம் இல்லை.

அதே போல் ஜப்பானிய அரசாங்கம் அளித்த சாட்சியமும் ஹபிபூர் ரஹ்மான் அளித்த சாட்சியமும் சில இடங்களில் வேறுபடுகின்றன.

ஜப்பானிய அரசாங்கத்தின் ஆவணங்களின்படி :

ஆகஸ்ட் 20 - அவரது உடல் சவப்பெட்டியில் வைக்கப்பட்டது.

ஆகஸ்ட் 21 - எரியூட்டப்பட்டது.

ஆகஸ்ட் 23 - நிஷி ஹோன்கன்ஜூ கோவிலில் இறுதிச்சடங்கு.

செப். 1 - ஹபிபூர் ரஹ்மான் டோக்கியோ வந்தடைந்தார்.

ஹபிபூர் ரஹ்மானின் சாட்சியத்தின்படி :

ஆகஸ்ட் 20 - அவரது உடல் சவப்பெட்டியில் வைக்கப்பட்டது.

ஆகஸ்ட் 22 - எரியூட்டப்பட்டது.

ஆகஸ்ட் 23 - இறுதிச்சடங்கு.

செப். 6 - ஹபிபூர் ரஹ்மான் டோக்கியோ வந்தடைந்தார்.

●

ரஷ்யாவுக்குத் தப்பிச் சென்றாரா?

போஸ் சோவியத் தப்பிச் சென்றுள்ளார் என்னும் வாதத்தைச் சிலர் முன்வைத் தனர். விசாரணை தீவிரமாக்கப்பட்டது. ஒரு முன்னாள் ரஷ்ய ஜெனரல் சாட்சியம் அளித்தார்.

'போஸ் ரஷ்யாவுக்கு வந்தது உண்மையா?'

'ஆம். இரண்டாம் உலகப் போருக்குப் பிறகு போஸ் உயிர்தப்பி ரஷ்யா வந்து சேர்ந்தார். 1940-களின் இறுதியில் அவர் சைபீரியாவில் இருந்தார்.'

'அவரை நீங்கள் பார்த்திருக்கிறீர்களா?'

'நான் நேரடியாகப் பார்த்ததில்லை. ஆனால் அவர் விமான விபத்தில் இருந்து உயிர்தப்பியது உண்மை என்று எனக்குத் தெரியும்.'

'எப்படி தெரியும்?'

'அதற்கான சாட்சியங்கள் உள்ளன.'

'என்ன சாட்சியங்கள்? எங்கே?'

'சோவியத் காபினட் ஆவணங்கள்.'

இந்த ஜெனரல் குறிப்பிட்ட ஆவணங்கள் படோல்ஸ்க் (Padolsk) என்னும் பகுதியிலுள்ள ராணுவக் காப்பகத்தில் இருந்தன. நேரடியாக இந்த ஆவணங் களைச்சரிபார்க்க என்.சி. முகர்ஜி குழு மூன்று ஆராய்ச்சியாளர்களை ரஷ்யாவுக்கு அனுப்பி வைத்தது. அவர்கள் புராபி ரே, ஹரி வாசுதேவன் மற்றும் ஷோபன்லால்தத்தா. ஆனால் இவர்களால் தொடர்ந்து ஆராய்ச்சி செய்ய முடியா மல் போனது. ஏன்? மூன்று பேரும் ஒரே காரணத்தைத்தான் சொன்னார்கள்.

'இந்த ஆராய்ச்சியை நிறுத்திக்கொள்ளாவிட்டால் கொன்றுவிடுவதாக யாரோ மிரட்டுகிறார்கள்.'

மிரட்டல்கள் ஒருபுறமிருக்க, போஸ் ரஷ்யாவுக்குத் தப்பிப் போனதற்கான எந்தவித ஆதாரங்களும் கிடைக்கவில்லை.

●

பல பின்னடைவுகளை என்.சி. முகர்ஜி குழு சந்திக்க வேண்டியிருந்தது. இந்தக் குழுவை நியமித்தது என்னவோ அரசாங்கம்தான். ஆனால் அரசாங்கத் துறைகளிலிருந்தே தேவைப்படும் உதவியைப் பெற முடியாமல் போனது.

என்.சி. முகர்ஜிக்குத் தேவைப்படும் பல முக்கிய ஆவணங்களை உள்துறை அமைச்சகம் தரவில்லை. எத்தனை முயன்றும் அவற்றைப் பெற முடியவில்லை. 'தேசத்தின் நலனைக் கருதி அந்த ஆவணங்கள் ரகசியமாகப் பாதுகாக்கப்படுகின்றன' என்ற பதிலைத்தான் பெற முடிந்தது. (Sections 123 and 124 of the Evidence Act and Article 74(2) of the Constitution of India)

பல்வேறு சந்தேகங்களைக் கிளப்பியது இந்த பதில். அரசாங்கம் எதையாவது மறைக்க முயல்கிறதா? அந்த ஆவணங்களை வெளியிட்டால் காங்கிரஸ் கட்சிக்கு ஆபத்து என்பதால்தான் ரகசியமாக வைத்திருக்கிறதா? போஸ் பற்றிய மர்மம் விடுபடாமல் இருப்பதற்கு நேருவும் ஒரு காரணமா? காந்திக்கும் இதில் பங்கு உண்டா? இந்தக் கேள்விகளுக்கு விடைகள் கிடையாது.

நவம்பர் 7, 2005-ல் நீண்ட விசாரணைகளின் முடிவில் என்.சி. முகர்ஜி குழு தமது அறிக்கையைச் சமர்பித்தது.

அ. நேதாஜி சுபாஷ் சந்திர போஸ் இறந்துவிட்டார்.

ஆ. எல்லோரும் சொல்வதைப்போல அவர் விமான விபத்தில் இறக்கவில்லை.

இ. ஜப்பானிய கோவிலில் வைக்கப்பட்டுள்ள அஸ்தி போஸினிடையது அல்ல.

ஈ. வலுவான ஆதாரங்கள் எதுவும் இல்லாத பட்சத்தில் திட்டவட்டமான எதையும் தெரிவிக்க இயலவில்லை.

(அல்லது)

'அ'வில் விடை கூறியாகிவிட்டது.

•

ஆக, போஸ் உயிருடன் இருக்க வாய்ப்பேயில்லை அவர் இறந்துவிட்டார் என்று மூன்று கமிஷன்களும் திட்டவட்டமாக அறிவித்துவிட்டன. போஸ் விமான விபத்தில்தான் இறந்துவிட்டார் என்று ஷா நவாஸ் கான் கமிட்டியும் ஜி.டி. கோஸ்லா கமிட்டியும் தெரிவிக்கின்றன. தகுந்த ஆதாரங்கள் இல்லாததால் முகர்ஜி குழு இந்த 'விமான விபத்தை' மட்டும் நம்ப மறுக்கிறது.

'இல்லை இல்லை, இந்திய அரசாங்கம் எதையோ மறைக்க நினைக்கிறது. போஸ் உயிருடன்தான் இருக்கிறார்' என்று இன்றளவும் பலர் சொல்லிக் கொண்டுதான் இருக்கிறார்கள்.

இன்னும் எத்தனை கமிட்டிகளைக் கூட்டினாலும், எத்தனை கமிஷன்களை வைத்தாலும் இந்த மர்மம் நீடித்துக்கொண்டேதான் இருக்கும்.

ஆதாரங்கள் கிடைக்கலாம். கிடைக்காமல் போகலாம். உண்மைகள் நிரூபிக்கப் படலாம் அல்லது மறுக்கப்படலாம். ஆனால் போஸ் இறந்துவிட்டார் என்பதை நம்ப மறுப்பவர்களின் எண்ணிக்கை குறையவே குறையாது.

போஸ் பற்றிய மர்மங்களுக்கு முடிவே இல்லை.

பிற்சேர்க்கை – 1

கால வரிசை

1897	ஜனவரி 23-ம் தேதி கட்டாக்கில் பிறந்தார். பெற்றோர் - ஜானகிநாத் போஸ், பிரபாவதி தேவி.
1913	பிரஸிடென்ஸி கல்லூரியில் பி.ஏ. வகுப்பில் சேர்கிறார்.
1917	ஸ்காட்டிஷ் சர்ச் கல்லூரியில் சேர்கிறார்.
1919	ஐ.சி.எஸ். படிப்பதற்காக இங்கிலாந்து பயணம்.
1922	கயா காங்கிரஸில் சித்தரஞ்சன் தாஸுடன் இணைகிறார்.
1923	அனைத்து இந்திய இளைஞர் காங்கிரஸின் தலைவராகத் தேர்ந்தெடுக்கப்படுகிறார். ஃபார்வர்டு பத்திரிகையின் ஆசிரியராகப் பொறுப்பேற்றுக் கொள்கிறார்.
1927	அனைத்து இந்திய காங்கிரஸ் கமிட்டியின் பொதுச் செயலாளராக போஸும் நேருவும் தேர்ந்தெடுக்கப் படுகிறார்கள்.
1930	கல்கத்தாவின் மேயராகப் பொறுப்பேற்கிறார்.
1931	பகத்சிங் தூக்கிலிடப்படுகிறார். போஸ், காந்தியிடமிருந்து விலகுகிறார்.
1936	இந்தியாவுக்குத் திரும்பும்போது கைது செய்யப்படுகிறார்.
1936-37	சிறையிலிருந்து விடுதலை. ஐரோப்பா பயணம்.
1938	இந்திய காங்கிரஸின் தலைவராகத் தேர்ந்தெடுக்கப்படுகிறார்.

1939	காங்கிரஸ் தலைவராக மற்றொரு முறை தேர்வு செய்யப்படுகிறார். காங்கிரஸிலிருந்து வெளியேறுகிறார். Forward Block தொடங்குகிறார்.
1941	ஆப்கனிஸ்தான், ரஷ்யா வழியாக ஜெர்மனிக்குத் தப்பி வருகிறார்.
1943	நீர்மூழ்கிக் கப்பலில் ஜப்பானுக்குப் பயணம். டோக்கியோ சென்றடைகிறார். ஆஸாத் ஹிந்த் தொடங்கப்படுகிறது.
1944	இம்பாலில் போர் தொடங்குகிறது.
1945	ஜப்பான் சரணடைந்து, இரண்டாம் உலகப்போரை முடித்து வைக்கிறது. போஸ், விமான விபத்தில் மரணமடைந்தார் என்ற செய்தி கிடைக்கிறது. மர்மங்கள் தொடங்குகின்றன.
1964	போஸ் உருவம் பதித்த தபால் தலை வெளியிடப்படுகிறது.
1978	போஸின் உருவப்படம் டெல்லி பாராளுமன்றத்தில் முதன்முறையாகத் திறந்து வைக்கப்படுகிறது.
1987	போஸின் மகள் அனிதாவும் அவரது கணவரும் ஜனாதிபதி ஜெயில் சிங்கின் விருந்தினராக இந்தியா வந்தனர். பிரதமர் ராஜீவ் காந்தி அவர்களைச் சந்திக்க வரவில்லை. 'என்னைக் கண்டல்ல; என் தந்தையின் நிழலைக் கண்டு இவர்கள் அஞ்சுகிறார்கள்!' என்றார் அனிதா.
1992	போஸுக்கு, பாரத ரத்னா விருது வழங்கப்பட்டது. ஆனால் அவருடைய குடும்பத்தினர் விருதை வாங்க மறுத்துவிட்டனர்.

பிற்சேர்க்கை - 2

உதவிய நூல்கள்

1. An Indian Pilgrim, Subhas Chandra Bose, Oxford University Press
2. Letters to Emilie Schenkl 1934-1942, Subhas Chandra Bose, Oxford University Press
3. The Indian Struggle 1920-1942, Subhas Chandra Bose, Oxford University Press
4. Trials of Independence, B.R. Agarwala, National Book Trust, India
5. Netaji Subhas Chandra Bose, Sisir Kumar Bose, National Book Trust, India
6. Story of the I.N.A., S.A. Ayer, National Book Trust, India
7. Subhas - A Political Biography, Sitanshu Das, Rupa & Co.
8. Motilal Nehru, B.R. Nanda, Publication Division, Ministry of Information & Broadcasting, Government of India
9. India from Curzon to Nehru and After, Durga Das, Rupa & Co.
10. நாயர் சான், தமிழில் : ராணி மைந்தன், அசோக் உமா பப்ளிகேஷன்ஸ்.
11. இந்திய தேசிய ராணுவம் - தமிழர் பங்கு, மா.சு. அண்ணாமலை, ஆர்த்தி பதிப்பகம்.

இணையத் தளங்கள்:

1. http://www.missionnetaji.org
2. Subash Chandra Bose and his stories
   http://www.yorozubp.com/netaji/

3. Netaji's Daughter Speaks
   http://in.rediff.com/news/2005/may/11inter.htm

4. Subhas Chandra Bose and India's Struggle for Independence
   By Andrew Montgomery
   http://www.ihr.org/jhr/v14/v14_Montgomery.html

5. The After Life of Netaji Subhas Chandra Bose
   http://bengalonline.sitemarvel.com/netajigate.html

6. Microform material relating to government agencies
   http://www.s-asian.cam.ac.uk/govt.html#nnr

7. Indian Army Official Website History
   http://indianarmy.nic.in/arhist.htm

8. The Official Website of Netaji Bhawan and Netaji Research Bureau
   http://www.netaji.org/